AF748694

കെ. ഗോപിനാഥൻ

തൃശൂർ ജില്ലയിലെ തളിക്കുളത്ത് ജനനം. അധ്യാപക ദമ്പതികൾ ആയ അടക്കാപുത്തൂർ പെരുമ്പിലാവിൽ രാമദാസമേനോനും തളിക്കുളം കോങ്ങാട്ടിൽ സതീദേവിയും ആണ് മാതാപിതാക്കൾ.

ചെർപ്പുളശ്ശേരി, അടക്കാപുത്തൂർ എന്നിവിടങ്ങളിൽ സ്കൂൾ വിദ്യാഭ്യാസം. നാട്ടിക ശ്രീനാരായണകോളേജ്, തൃശൂർ കേരളവർമ്മ കോളേജ്, റിംസെ മൈസൂർ എന്നിവിടങ്ങളിൽ കോളേജ് പഠനം. രസതന്ത്രത്തിൽ ബിരുദവും അധ്യാപനബിരുദവും. മലയാളത്തിലും സോഷ്യോളജിയിലും ബിരുദാനന്തരബിരുദം.

നാട്ടിലും വിദേശത്തുമായി ബാങ്കിംഗ് മേഖലയിൽ ജോലി.

ഭാര്യ : ജലജ തരവത്ത് (ദുബൈ ഔർ ഓൺ സ്കൂൾ അധ്യാപിക)
മകൾ : അശ്വതി ഗോപിനാഥ് (എൻജിനിയറിംഗ് വിദ്യാർത്ഥി)
വിലാസം : നിരഞ്ജനം, ശ്രീകൃഷ്ണപുരം, പാലക്കാട്.
ഫോൺ : 00971557164151, ഇമെയിൽ: babykongattil@gmail.com

Malayalam Language
Korappanalu Veyilelkkatha Oru Peru
(Poems)
by
K. Gopinathan

♦

Published in October 2018
Second Impression April 2023
by Kairali Books Private Limited
Thalikkavu Road, Kannur.
Ph : 0497-2761200
E-Mail : Kairalibooksknr@gmail.com

♦

Cover Design
Rajesh Chalode

♦

32/18-19/Sl.No.1022/150/NS 18.6
ISBN.978-93-88087-31-5

കോരപ്പനാല്
വെയിലേൽക്കാത്ത ഒരു പേര്

കെ. ഗോപിനാഥൻ

കൈരളി ബുക്സ്

തുറന്നുവയ്ക്കുന്ന തോന്നലുകൾ

പത്തിരുപത്തിയഞ്ചുവർഷങ്ങൾക്കുമുമ്പ്, ഒരു ഞായറാഴ്ച.

വീടിന്റെ ഉമ്മറത്ത് ഏതോ പുസ്തകം വായിച്ചുകൊണ്ടിരുന്ന എന്റെ ചെവിയരുകിൽ ഒരു താല്പര്യം, മറുപടിക്കായി കാത്തുനിന്നു.

“ഗോവിന്ദാ, നിനക്ക് വല്ലതും എഴുതിക്കൂടേ, ഭാഷ കൈയിലുണ്ടല്ലോ”

എഴുതാൻ ശ്രമിച്ചാൽ എന്താണ് എന്ന്, അച്ഛൻ എന്നോട് ചോദിക്കുകയായിരുന്നു. നിശബ്ദത ഉപയോഗിച്ച്, നിസംഗത പ്രകടിപ്പിച്ച എന്റെ സമീപത്തുനിന്നും ആ ശബ്ദം മെല്ലെ പിൻവാങ്ങി.

വായന തീരെ നിലച്ചു. പുസ്തകങ്ങൾ വാങ്ങുന്നതും വായിക്കുന്നതും സന്തോഷിക്കുന്നതും നിലച്ചു. ദിനപത്രങ്ങൾപോലും പാരായണപരിധിയിലേക്ക് കൊണ്ടുവരാൻ ശ്രമിക്കാത്ത സമയത്തിനിടയിൽ നടന്നത്, നട്ടുച്ചക്ക് വേരോടെ പിഴുതെടുക്കുന്ന ഒരു പറിച്ചു നടൽ. ജീവിതം പാതി ഉണങ്ങിയ ഞാറ്, കൈയിൽ ഭാഗം കിട്ടിയ ഭാഷയും. ആഗ്രഹിച്ചയാൾ ഒരു പരിഭവവും പറയാതെ പോവുകയും ചെയ്തു.

വെയിലും വിയർപ്പുംകൊണ്ട് സ്വപ്നങ്ങൾ പാകം ചെയ്യുന്ന ദിക്കിൽ വെച്ചു കിട്ടി, കുറച്ചു നല്ല സുഹൃത്തുക്കളെ വീണ്ടും. അവരിൽ രണ്ടുപേർ മാധ്യമപ്രവർത്തകർ, സാദിഖ് കാവിൽ, സനീഷ് നമ്പ്യാർ. അന്ന് അച്ഛൻ ചോദിച്ചത് അവരും ആവർത്തിച്ചു. അല്പം കൂടി കടന്നുപോയി അവരുടെ ആവശ്യം. ഒരു പുസ്തകം ഇറക്കണം. വിളറിപ്പോയ എന്റെ മുഖത്തേക്ക് ആത്മബലത്തിന്റെ ജലം തളിച്ചുകൊണ്ട് അവർ പിന്തുണ പ്രഖ്യാപിച്ചു.

അങ്ങിനെ, വിട്ടുപോയ ഭാഗങ്ങൾ പൂരിപ്പിച്ചുതുടങ്ങി. കവിതകൾ എന്നും പലരും വിളിക്കാൻ തുടങ്ങിയവ പുറത്തുവരാൻ തുടങ്ങി. ചില വാരികകളിൽ ചിലത് വായനയ്ക്ക് എത്തി. പുസ്തകമാക്കണോ എന്ന് പരിഭ്രമിക്കുന്ന എന്നോട്, ഞാനുണ്ട് കൂടെ പരിച

യപ്പെടുത്താൻ, എന്ന വാത്സല്യത്തോടെ ആലങ്കോട് ലീലാകൃഷ്ണൻ. അവതാരിക നൽകി. ആഗ്രഹത്തിന്റെ നെറുകയിൽ കൈവെച്ച ലീലാകൃഷ്ണനോട് സന്തോഷം എന്നു മാത്രമേ പറയാൻ കഴിയൂ. സന്തോഷം എന്നത് എന്റെ എളിയ ഉപഹാരമായ അവിൽപ്പൊതിയായി അദ്ദേഹം കരുതട്ടേ!

ഒപ്പം, സമാഹാരത്തിന്റെ അവസാനഭാഗത്ത്, അനുബന്ധമായി പ്രിയപ്പെട്ട ചിലരുടെ വായനാനുഭവങ്ങൾകൂടി ചേർത്തിരിക്കുന്നു. അവർക്കും നന്ദി.

അപ്പോഴും, ഇപ്പോഴും എഴുതിവയ്ക്കുന്നവ, വായിച്ചുമനസ്സിലാവുന്നു എന്നു പറയുന്ന ചില അടുപ്പങ്ങൾ ഉണ്ട്.

അവരാണ്,

എന്റെ കാവ്യചിന്തയുടെ അർത്ഥങ്ങളെ ആദ്യം പരാവർത്തനം ചെയ്യുന്നവർ. ഇഷ്ടം കൊണ്ടുതന്നെ ഓർക്കുന്നുണ്ട് ഞാൻ, അവർ ഓരോരുത്തരേയും. കൂടുതൽ ഇല്ല. എന്തെങ്കിലും എഴുതാൻ ശ്രമിച്ചുകൂടെ എന്നു പറഞ്ഞ അച്ഛനിൽനിന്നും, ഒരു പുസ്തകം പുറത്തിറക്കാൻ ഒപ്പം നിൽക്കുന്നവരിലേക്കുള്ള കാലമാണ് ഇതുവരെ എഴുതിയ കവിതകൾ.

എനിക്ക് പരിചയമുള്ള പരിസരങ്ങൾ, സങ്കടങ്ങൾ, രാഷ്ട്രീയം, കാഴ്ചകൾ, സ്വപ്നങ്ങൾ എല്ലാമുണ്ട് പലതിലായി.

അതിൽ ചിലത് കൂട്ടിവെച്ചതാണ് ഈ സമാഹാരം.

കോരപ്പനാൽ എനിക്ക് അറിയുന്നിടം, അത് ആദ്യത്തെ പുസ്തകത്തിന്റെ പേരുകൂടി ആവുന്നു.

പുനർവായനയുടെ തുടർച്ചയായിട്ടുള്ള ചില തിരുത്തലുകളും അർത്ഥശങ്ക ഒഴിവാക്കാൻ ഒരു കവിതയുടെ പേരിലും, പുസ്തകത്തിലെ പേരിലും വാമൊഴി മട്ടിൽ മാറ്റവും വരുത്തിയിട്ടുണ്ട്.

ഇനി,

നിങ്ങളുടെ വായനകൊണ്ട് തുറന്നുവയ്ക്കപ്പെട്ട എന്റെ തോന്നലുകൾക്ക് കുളിരും ചൂടും വെളിച്ചവും കിട്ടുമെന്ന് പ്രതീക്ഷിക്കട്ടെ...

കെ. ഗോപിനാഥൻ

സമയകലയുടെ കാവ്യപാതകൾ

ആലങ്കോട് ലീലാകൃഷ്ണൻ

ശ്രീ കെ. ഗോപിനാഥന്റെ കവിതയിൽ സ്ഥലം കൊണ്ടളന്ന കാലത്തിന്റെ മൗലികമായ ഒരു സമയദർശനം ഉണ്ട്. 'കോരപ്പനാൽ വെയിൽ എൽക്കാത്ത പേര്' എന്ന കവിത അതാണ്

' ഇവിടം ഒരു സമയമാണെന്നും
ദൂരമാണെന്നും പറയുന്നവരുണ്ട്
തലയ്ക്കുമുകളിലെത്തുന്ന സൂര്യനാണ് സമയം...'

മലയാളകവിതയിൽ ഏറ്റവും നവീനമെന്നു വിശേഷിപ്പിക്കാവുന്ന ഈ സ്ഥലകാലദർശനം ഗോപിനാഥനെ. മൗലികതയുള്ള ഒരു പുതുകവി ആക്കുന്നു.

സ്ഥലത്തിലൂടെയും കാലത്തിലൂടെയും ഒരേസമയത്ത് സഞ്ചരിക്കാൻ കഴിയുന്ന കവിക്ക് മാത്രമേ കോരപ്പനാലിന്റെ ഈ കാലാതീത സമയദർശനം വെളിപ്പെട്ടു കിട്ടുകയുള്ളൂ.

ഗോപിയുടെ കവിതകളിൽ ഉടനീളം ഇങ്ങനെ സമയം കൊണ്ടും നീളംകൊണ്ടും സ്ഥലംകൊണ്ടും ജീവിതാനുഭവങ്ങളെ നിർവചിക്കാൻ ശ്രമിക്കുന്ന അതിനവീനമായ ഒരു കാവ്യാന്വേഷണമുണ്ട്.

'അല്ലെങ്കിൽതന്നെ കയറിവരുന്നതും
ഇറങ്ങിപ്പോകുന്നതും തമ്മിലെന്തു വ്യത്യാസം
ഒന്നുദൂരം മറ്റൊന്ന് ആഴം അളവൊന്നുതന്നെ''

(ആഴം തണുപ്പിലേക്കുള്ള ദൂരം)

മഹാകവി ഉള്ളൂരിന്റെ 'കർണ്ണഭൂഷണ'ത്തിൽ കർണ്ണനെ വർണ്ണിക്കുന്ന നാലുവരികൾ ഉണ്ട്.

'കാലത്താലല്പമായിത്തീരാത്ത പീയൂഷം
കാലത്താൽ വാടാത്ത കല്പമാല്യം
കാലമാം സ്വർഭാനു തീണ്ടാത്ത രാകേന്ദു
കാലമാം കാലന്നു കൈലാസേശൻ'

ഈ വിധത്തിൽ തന്റെ കാലത്തെ നേരിട്ടുകൊണ്ടു കാവ്യ ദർശനത്തിലേക്കു കുതിക്കുന്ന കല്പനയുടെ പെരുക്കങ്ങൾ ഗോപിയുടെ കവിതകളിലെല്ലാം തെളിയുന്നു.

സെൽഫികാലത്തെ കാഴ്ച്ചയുടെ അതീത യാഥാർഥ്യങ്ങൾ കവി ഇങ്ങനെ രേഖപെടുത്തുന്നു

'അടരുന്നു പടവുകൾ
അകലുന്നതേതോദൂരം
വീശുമൊരു വെള്ളാരംകല്ല് തീർക്കും
വെള്ളിവളയങ്ങൾനോക്കി
നാമിരിയ്ക്കും ശീതമടക്കുകൾ
സ്നാനജലാശയ തല്പങ്ങൾ'

'ബാൽക്കണി' എന്ന കവിതയിൽ ബാൽക്കണി കാഴ്ച്ച ഒരു രുചിയാണ് എന്നു നിർവചിച്ചുകൊണ്ട് പുറത്തെ കാലവും കാറ്റും കാണാൻ നമ്മെ ക്ഷണിക്കുന്നു. അതുവഴി വർത്തമാനവും ഭൂതകാലവും തമ്മിൽ ഉള്ള ബന്ധം അറിയാൻ ഈ ബാൽക്കണി നിമിത്തമാവും എന്നും വായിച്ചെടുക്കാൻ അവസരം ഒരുക്കുന്നു.

' വന്നവഴിയിലെ വളവും കുഴികളും
ഇവിടെ ഇരുന്നാൽ അറിയില്ലെന്ന്
ഇന്നലെ അന്തിയുറങ്ങിയ ഒരുമൊഴി.'

'സ്വപ്നാടനം' എന്ന കവിതയിലും കാലം, കാണാനുള്ള ചില അനുഭവങ്ങളുടെ അനന്തമായ വഴികൾ വെട്ടുന്നു. കാലത്തിന്റെ ദിശയിൽനിന്നും പിടഞ്ഞുപിടഞ്ഞു മുന്നോട്ടുപോകുന്ന സഞ്ചാരത്തിന്റെ പെരുംപാതകൾ ഇവിടെ കാണാം.

'ഒരുങ്ങാതിരിക്കാം
ഓർമിച്ചെടുക്കാൻ നാം വായിച്ചോരായുസ്സിൻ
പുസ്തകം,
എടുകൾ പിന്നിപ്പോയൊരധ്യായങ്ങൾ,
സങ്കടക്കടൽ വാറ്റിയ ലവണരസകുറിപ്പുകൾ'.

വാക്കിലാകട്ടെ,
'മാല കോർക്കവേ നൂൽമുനകണ്ണിൽ
നിന്നോടി ഉതിരുന്ന പവിഴമുത്തിൻചിരി'യാണ് കാലം
'വീട്' എന്ന കവിതയിൽ

കാലം കാണുന്ന കാഴ്ചയിൽ വളരുന്ന, വീടുകൾ ആണ്. ചിലപ്പോൾ ഇഴമുറിഞ്ഞ അക്ഷരകവിതയും, കരിമേഘ ദൃഷ്ടിയാൽ കൊഴിയുന്ന മാമ്പുക്കളും ആവുന്നു കാലത്തിന്റെ ഘട്ടങ്ങൾ.

'വാസ്തവ'ത്തിൽ കാലത്തിനെ നീന്തി കാണുകയാണ്. ഇന്നലെനിന്നും ഇന്നിലേക്ക്. അവസാനം കടവിൽ എത്തുമ്പോൾ കാലപ്രതീക്ഷയിങ്ങനെ

'വെയിൽതൊരുമിടവഴിയിൽ
കാത്തുനിൽകയാണല്ലോ
അവൾക്കായി നിലാവിന്റെ നീല മന്ദാരങ്ങൾ'

'കിട്ടുണ്ണികൊട്ടിപാടുമ്പോൾ' കാലം കീഴാളന്നുമുന്നിൽ തെളിയുന്ന വഴിവിളക്ക് ആവുന്നു.

'ദൈവത്തിനും മനുഷ്യനുമിടയ്ക്കു
മൂന്നുകാലങ്ങളിലും
മുഷിയാത്ത ദിവസങ്ങളിലും
വക്കുപൊട്ടിയ വാക്കുകൾകൊണ്ട്
അവനവന്റെ പാട്ടുണ്ടാക്കി ചുട്ടുകത്തിച്ചു
വീട്ടിലേക്കുപോകുന്നു.'

ഈ സമാഹാരത്തിൽ ഉള്ള മറ്റൊരു കവിതയായ 'ശങ്കരനായാടി' സമാനമായ ഒരു കാലസങ്കല്പത്തിന്റെ പ്രതിനിധി ആണ്.

പതിവ് പര്യായങ്ങൾക്കു പുറമെ ഒരു വാക്ക് കൂടി പട്ടിണിക്കു നല്കുന്നു, ആ പേരുള്ള കവിതയിലൂടെ കവി. അറിവില്ലായ്മ, എന്ന അർത്ഥം, പട്ടിണിയുടെ രാഷ്ട്രീയനിർവചനമാണ്. കാലത്തിന്റെ നിഘണ്ടുവിൽ ചേർത്തുവെക്കാനുള്ള ഈ കാലത്തെ പദം.

'വിശക്കുമുദരമാണ് പ്രജക്ക് അതെങ്കിൽ
മണ്ണിനു,
അക്ഷരനഗ്നതയാർന്നൊരരചന്റെ
രഥമുയർത്തുന്ന ധൂളി.'

വർത്തമാനകാലത്തെ ഏറ്റവും നീളമുള്ള അർത്ഥം പട്ടിണിക്കു ഇനിയില്ല എന്നു തോന്നിപ്പോകും.

'കടൽ എടുക്കുന്നപുഴ' ഒഴുക്കിന്റെ സമയമാണ്. ഉത്ഭവം തൊട്ടു അകാലമരണംവരെയുള്ള കാലം. അതിനിടയിൽ കരകവിയുന്നതും, മണൽ ഉണങ്ങുന്നതും കാണാം. കടൽ കാത്തിരിക്കുന്ന

തും ഒഴുക്ക് നിലക്കാത്ത ഒരു കാലത്തെയാണ്, വരാൻ സാധ്യത കുറഞ്ഞ അതിഥിയെ.

'എളുപ്പമാണ് പകർത്തിമാറ്റാൻ
ചരിത്രംപോലെ ഒഴുക്കുകൾ
അടച്ചോ ഉണക്കിയോ അടക്കം ചെയ്യപ്പെടുന്നു ഉറവകൾ'
കാലത്തിനു ദിശ കൈമോശം വരുന്നു പുഴക്കും.

'മുറ്റം' ഒരു സമയത്തിന്റെ സ്മരണികയാണ്
'ഈ മുറ്റം കൈവെള്ളയായി
അഞ്ചുവിരലുകൾ ജന്മമുനമ്പുകൾ
അവക്കിടയിൽ മാഞ്ഞും മറിഞ്ഞും
നെടുകെ നിറഞ്ഞും മുറിഞ്ഞും
ബാക്കിയാവുന്നു സ്മരണരേഖകൾ'

ഈ കവിയുടെ കാവ്യസങ്കല്പം നിരർത്ഥവും നിഷ്ഫലവും നിശൂന്യവും നിർലക്ഷ്യവുമായ ജീവിതസങ്കൽപ്പങ്ങളെ തലോലിക്കുന്നില്ല. അതൊരു പ്രത്യാശയും അതിജീവനബലതന്ത്രവും ആണ്. 'അഭിനയം' 'ആഗ്രഹം' എന്നിവ അതിന്റെ ചില സൂചനകൾ തരുന്ന നിർവചന സ്വഭാവമുള്ള രചനകൾ ആണ്.

'ഓടം' കാലവും ജീവിതവും മാറിപോകുന്ന ഒരു ദേശത്തിന്റെ പുതിയ നിർമാണസ്വഭാവം പറഞ്ഞുതരുന്നു. നീളത്തിൽ കെട്ടിനിറുത്തിയ നൂൽകട്ടിലുകൾ മറഞ്ഞുപോയ ഒരു നാട്.

' ചുരം കടന്നുവന്നു കാറ്റിനൊപ്പം
മണമില്ലാത്ത, നിറമുള്ള ശീലകമ്പികൾ.
ഗന്ധമില്ലാതെ ശ്വാസംമുട്ടി നെയ്ത്തുകാരൻ'

സമയത്തിന്റെ സൂചികൾ അതിവേഗം തിരിയുന്നത് കണ്ടു പകച്ചുനിൽക്കുമ്പോൾ ബാക്കിയാവുന്നത് ചില ഉപകരണങ്ങൾ. നെയ്ത്തുകാരന്റെ അടുക്കളയുടെ നഗ്നത ഒരു കാലത്തിന്റെ സത്യമാവുന്നു.

സമയത്തിന്റെ അളവാണ് പകൽ. അതു ഒരു കർഷകൻ കൂടിയാവുമ്പോൾ കർമ്മത്തിന്റെ കാലയളവു കൂടിയാവുന്നു. കുന്നിനും കടലിനും ഇടക്കു സഞ്ചരിക്കുന്ന സമയകർഷകൻ,

'കുത്തിനിറുത്തിയ കലപ്പകാലിനെ ചാരി
പകൽ കുത്തനെനിന്നു

ഒന്നു ഉച്ചമയങ്ങാൻ പറ്റാതെ
മുന്നിൽ കത്തുന്ന വെളിച്ചത്തിലും
ശൂന്യതക്ക് പുറംകാവലായി'

ഒരു ജലാശയം ലവണസമുദ്രമാകുന്നത് കാലത്തിന്റെ സഞ്ചാര ശേഷമാണ്. പകൽ എന്ന രീതിയിൽ സഞ്ചരിച്ചപോകുന്ന കർഷ കസങ്കല്പം നവീനവും വേറിട്ട ചിന്തയുമാണ്.

വ്യക്തിപരമായ ബന്ധങ്ങളുടെ ചോദ്യോത്തരങ്ങളിൽ ജീവിതം ഒരു കാലാവസ്ഥ ആകുന്നു. അതിന്റെ ഇടവേളകളിൽ തിരിച്ചറിവ് മാത്രമാണ് ഉത്തരം.

'സ്വേദദർപ്പണം തിളങ്ങുന്നത്
ഇരിക്കുന്ന എന്റെ മുഖത്തല്ല
നിൽക്കാതെ പെൻഡുലംപോലെ ഓടുന്ന
നിന്റെ മേനിയിൽ'

നാവുപോലും വറ്റി ഉണങ്ങി ,ചോദ്യങ്ങളെ നേരിടാനവാതെ ദൂരത്തു മാറിനിൽക്കുന്നു, ഉത്തരമില്ലാത്ത ഈ അവസ്ഥകളിൽ.

രാഷ്ട്രീയവും വ്യക്തിപരവുമായ ജീവിതസമയത്തെ സമാനബിംബങ്ങളെ ഉപയോഗിച്ചു എഴുതുന്നു 'രാത്രി' എന്ന കവിതയിലൂടെ.

'ഇടയിലീ ഇരുൾവേള
കഴിഞ്ഞു പോകുവാൻ, മറികടക്കുവാൻ
സമയവും ഒപ്പം ദൂരവും അറിയണം
ഉണ്ട് നാഴിക, ഒരു സൂക്ഷ്മമാപിനി
നക്ഷത്രഘടികാരമുന വൃത്തത്തിലും
സ്വപ്നം ഉരുക്കിവിളക്കിയ നിദ്ര നീളത്തിലും
തീർത്തത്'

കാലവും സമയവും സ്ഥലവും ഒന്നിച്ചു വിശേഷിപ്പിക്കുന്ന ഒരു അവസ്ഥയാണ് 'പ്രണയം'. വേറിട്ടൊരു സഞ്ചാരം ഈ കവിതയിൽ നടത്തിയിരിക്കുന്നു എന്നുപറയാം. രണ്ടു വിപരീതദിശകളിൽ ഉള്ള നിൽപ്പ് ആണ് ഇവിടെ പ്രണയം.

'പൂന്താനം', 'അച്ഛൻ' എന്നി കവിതകൾ വ്യക്തിപരമായ ഒരു ദിശാചിത്രണമാണ്. വഴിതെളിച്ചു പറഞ്ഞുതന്ന സാന്നിധ്യമാണ് അച്ഛൻ. കേൾക്കാത്ത ഒരു വാക്ക്, കണ്ട നിരവധി കാഴ്ചകളേക്കാൾ വിലപിടിച്ച നഷ്ടമായിരുന്നു എന്ന കാലസത്യം പറഞ്ഞുപോയതാണ് അച്ഛനെങ്കിൽ, പൂന്താനം, കവി തന്നെയാണ്. ഭാഷയിൽ എഴു

ത്തിന്റെ വഴികാണുമ്പോൾ ആരും സ്വയം മാറുന്നത് ആദ്യം പൂന്താനമായിട്ടുതന്നെയാണ്

'ഉണ്ടൊരു കൃതി വാസന വികൃതി

വായിച്ചങ്ങതിന്റെ പിഴതീർത്തുതരുകിൽ'

എന്നു ആഹ്ലാദിക്കാൻ ആഗ്രഹിക്കുന്നവരിൽ ഒരുവൻ.

കാലപ്രളയത്തിൽ എല്ലാം മുങ്ങിപ്പോയാലും യാഥാർത്ഥ്യങ്ങളെല്ലാം, പ്രതീതി യാഥാർത്ഥ്യങ്ങൾ ആയാലും കണ്ണീരിന്റെ വജ്രമണിയാൽ കാത്തുസൂക്ഷിക്കുന്ന കല്പനകൾ കാലത്തെ അതിജീവിച്ചു ബാക്കിയാവും എന്നു ഗോപിനാഥൻ കരുതുന്നു.

സൂക്ഷ്മവും ലോലവും ആയ കല്പനയുടെ കതിരുകൾ കൊണ്ടു സ്ഥലത്തിന്റെയും കാലത്തിന്റെയും അതിർത്തിരേഖകളെ അതിലംഘിച്ചു കവി സംസാരിക്കുന്നു.

ഈ കാവ്യസമാഹാരത്തിലെ വളരെ വ്യത്യസ്തമായ 'ഒരു പൂവ് വിടരുമ്പോൾ ജലത്തിന് സംഭവിക്കുന്നത്' എന്ന കവിതയിൽ കെ ഗോപിനാഥൻ കാത്തുസൂക്ഷിക്കുന്ന രചനാജാഗ്രതയുടെ സൂക്ഷ്മതയും രാഷ്ട്രീയദർശനത്തിന്റെ വ്യാപ്തിയും വായിക്കാം. ജീവന്റെയും വ്യക്തിയുടെയും വർഗ്ഗത്തിന്റെയും മോചനം ബോധമനസ്സിന്റെ ആസൂത്രണം കൊണ്ടു മാത്രം സംഭവിക്കുന്ന ഒന്നല്ല എന്നു കവി ഇവിടെ അറിയുന്നു. സ്വപ്നങ്ങൾ ഇച്ഛക്കനുസരിച്ചു സംവിധാനം ചെയ്യാൻ കഴിയുന്നതല്ല. എന്നാലും ഇച്ഛക്കു അതിൽ സ്വാധീനം ഉണ്ടുതാനും.

'നാം ഒരു തോറ്റ ജനതയാണെന്നു'

പകർത്തി വീണ്ടും പറയുമ്പോൾ ജീവചേതനയുടെയും സമൂഹചേതനയുടെയും യുഗചേതനയുടെയും ധർമങ്ങൾ കാവ്യബിംബങ്ങളായി പുതിയകാലത്തെ പുനർനിർവചിക്കുകതന്നെ ചെയ്യുമെന്ന് ആർദ്ധോക്തിയിൽ കവി സൂചിപ്പിച്ചുവെക്കുന്നു.

'നിറം ഒരു അതിർത്തിയാകുന്നത്' ദേശരാഷ്ട്രീയത്തിന്റെ നിറം പിടിപ്പിക്കുന്ന സമയസാക്ഷ്യമാണ്. ഈ വിഷയത്തിലുള്ള ഇത്തരം കവിതകൾ രചയിതാവിന്റെ ചിന്താദിശ സ്പഷ്ടമായി വായിച്ചുതരുന്നു.

'അന്ന് ദൂരം

മഞ്ചകല്ലിൽനിന്നും കച്ചേരികുന്നിലേക്കു

മൂന്നുനാഴിക

നടത്തം ഇരുനാഴികനേരം

കണ്ണടച്ചാലും പകൽപോലെ നേർവഴി'...

ഈ ചെർപ്പുളശ്ശേരിക്കാരൻ കവിതയിലൂടെ കാലത്തിന്റെ പെരുംപാത മുറിച്ചു കടക്കുന്നു.

പുള്ളോർകുടം മുറുകി മൂളുന്ന കുന്നിൻചെരുവുകൾ, ഉത്സവം തിമർക്കുന്ന താലപ്പൊലിപാടങ്ങൾ. കാല്പാടുകളും വഴിത്താരകളും അന്യോന്യം പരിചയം പുതുക്കുന്ന നാട്ടുപാതയകലങ്ങൾ. ആ വഴികളിലൂടെ സ്വന്തം നിഴൽതാണ്ടി നീങ്ങുന്ന യാത്രികൻ ഈ കവി.

ഗോപിനാഥന്റെ കവിതകൾ ഈവിധത്തിൽ ഏറ്റവും നവീനമായ ഒരു കാലവാങ്മയം അടയാളപ്പെടുത്തിയിരിക്കുന്നു എന്നു നിസ്സംശയം പറയാം.

മറ്റാരും പോകാത്തതാണ് ഈവഴി. ഭാഷയും പ്രമേയവും ശില്പവും നവീനമണ്. മൗലികത ഉള്ളതുമാണ്. ഗോപിനാഥന് ഹൃദയപൂർണ്ണമായ കാവ്യാശംസകൾ...

ഉള്ളടക്കം

കടലെടുക്കുന്ന പുഴ

പറഞ്ഞുകേൾക്കുന്നവയിൽ നിന്നും
ഒട്ടും പതിരില്ലാതെ,
നട്ടു നനച്ചുവെച്ചിരിക്കുന്നു ചോദ്യം ഞാൻ.
വിത്തുപോലൊന്നു നാളേക്ക്.
നീന്താൻ കഴിയാത്തോരു പുഴയെ കടലെടുക്കുന്നതെങ്ങിനെ?
വിക്കിയും, മുറിഞ്ഞും ഒഴുകുന്ന ഉത്തരങ്ങൾ,
അഴിമുഖത്തിന്റെ
ചെവിയിലെത്താതെവിടയോ മാഞ്ഞുപോകുമ്പോൾ,
ഏതുകടൽ അറിയുമാ വരവ് തന്നിലേക്കെന്നപോലെ.
വറ്റിവരണ്ട വിശ്വാസമല്ലേ,
മുളച്ചുവന്ന ഓളങ്ങളെല്ലാം എരിഞ്ഞുണങ്ങിയൊരു തടിനി
ആഴിയിൽ ചിരിച്ചു ചെല്ലുമെന്നു കരുതുന്നത്.

മനുഷ്യമണമില്ലാത്ത മലയുടെ മടിയിൽ നിന്ന്,
വേരുണങ്ങാത്ത
ഒരു മരത്തിന്റെ കീഴിൽനിന്ന്,
തണുപ്പിന്റെ വെളുത്തപാടകൾ ഉരുകിയുടഞ്ഞ്,
ദൈവത്തിന്റെ ശിരസ്സിൽ ഒളിഞ്ഞിരുന്ന്.
ഉത്ഭവങ്ങളുടെ
മുഖങ്ങൾക്കൊന്നും പേരും പെരുമയും കുറവല്ല
എന്നാലും
ആ തിമർപ്പിന്റെ ഓർമ്മദിവസങ്ങളിൽ
ചിലരെങ്കിലും കാലംനോക്കി കരകവിയുന്നു.

'ഇത്തറവാടിത്തഘോഷണത്തെ പോലെ'
ഇടശ്ശേരി കിഴുക്കിയത്
മലയാളികളുടെ മണ്ടക്കു മാത്രമല്ല,

നാട്ടിലെ പുഴകളുടെ പിടലിക്ക് കൂടിയാണ്
എന്നുതോന്നിപ്പോകും.
'കറുത്ത ചെട്ടിച്ചികൾ' കനിയണം കടവ് നിറയാൻ.

മുറിയാതെ പെരുകുന്ന
പേമാരിയിൽ പുരനിറഞ്ഞൊഴുകുന്നതാണ് ശീലം.
മീനത്തിൽ മേലാട ഉണങ്ങിയാൽ കാണാം
ഉന്തിയവയറിലെ മണൽവരമ്പുകൾ.
ഉടഞ്ഞ നെഞ്ചിൽ
കുഴിച്ചുവെച്ചിട്ടുണ്ട്,
വാരിയെല്ലിന്നിടയിൽ ചുഴികൾ ശ്വാസം മരിക്കുവാൻ

വർഷത്തിനും വെയിലിനും ഇടയിൽ,
ഒരു കളിവട്ടം.
അപ്പോഴാണ് കരയിൽ, തോണി കയ്യിൽ
ആളനക്കവും, വളകിലുക്കവും.
മുങ്ങിയും പൊങ്ങിയും പ്രായങ്ങൾ, ജലക്രീഡകാലം
മലയിലെ മഴക്കൊരുമരം, ഓരംപിടിച്ചൊരു തേങ്ങാകുല
കരയിലെ കാവിൽ ആറാട്ട് വിളക്ക്
സ്നാനത്തിനു ഒരു സരയു, യാത്രയ്ക്കും.
ആഴ്ച്ചകുർബാനയ്ക്ക് അക്കരെയ്ക്കു ഒരു തുഴച്ചിൽ.
ഒഴുകുമോളങ്ങളെ നോക്കി നിസ്ക്കരിക്കും നിലാവ്.
പഴുത്തമണൽ, പുഴയാകുന്നത് ഇങ്ങിനെയാണ്,
എവിടെയും.

പങ്കുവെക്കൽ,
ഒരു മഴതീരുംമുമ്പേ, വെയിൽമടങ്ങും മുൻപേ
ഉല്പത്തിമൂല മുതൽ എല്ലാതടങ്ങളും.
ജലം, മണ്ണ്, വായു.
മനുഷ്യൻ ദൈവത്തിനിട്ട പേരുകൾ വരെ.
നിറയാൻ ചില ഖജനാവുകൾ.
ശൂന്യമായി,
ജ്ഞാനത്തിന്റെ അടിതട്ടുകൾ, നീരടുക്കുകൾ

കോരപ്പനാല്
വെയിലേൽക്കാത്ത ഒരു പേര്

എളുപ്പമാണ്,
പകർത്തി മാറ്റാൻ ചരിത്രം പോലൊഴുക്കുകൾ
അടച്ചോ ഉണക്കിയോ അടക്കം ചെയ്യപ്പെടുന്നു ഉറവകൾ,
അകാലമരണത്തിനു,
അരനാഴികപോലും വേണ്ട യാത്ര.

കിതച്ചനദിയുടെ ചുമലിൽ സമർപ്പയാമി
വൃത്തിയുടെ വിഴുപ്പുകൾ, ശാന്തിയുടെ ശവങ്ങൾ.
നീന്തുന്നവന്റെ മുതുകിൽ
സൗകര്യപൂർവം എറിഞ്ഞുവെച്ചു, ഒഴുക്കുവാൻ
ശിഷ്ടങ്ങൾ, അവനവന്റെ, അപരന്റെ.
വീണും ഇഴഞ്ഞും, തീർന്നതാണ് വഴി
നീങ്ങാനാകാതെ പകുതിയിൽ.

കടൽകാത്തിരിക്കുന്നതാണ്, വെറുതെ
രൂപമില്ലാത്ത ഒരു അതിഥിയെ.
ആരുവരാൻ.

♦

ആഴം, തണുപ്പിലേക്ക് ഉള്ളദൂരം

വീടിന്റെ കിഴക്കുഭാഗത്ത്.
വടക്കേകോണിൽ, അവിടെയായിരുന്നു സ്ഥാനം,
അടുക്കളകിണറിന്.

ഉമ്മറകോലായിലേക്കു ഒരേറ് കണ്ണുകൊണ്ട്.
വന്നവരും പോയവരും
മുനകൊള്ളാത്തവരായി ഉണ്ടാവരുത് ആരും.
അതായിരുന്നു ദിശപൊരുത്തം,
കിണറുവാതിലും പടിവാതിലും തമ്മിൽ.

പുറത്തെ ഒരു ഇലയനക്കം,
ചിരട്ടകത്തുന്ന സീൽക്കാരത്തേക്കാൾ വേഗം
ചെവിയുടെ ഇടനാഴികേറിവരും.
ശ്രദ്ധയുടെ വഴിക്കണക്ക് കൃത്യമാണ്.

അങ്ങിനെയിരിക്കേ, ഒരു ദിവസം
ഉച്ച കഴിഞ്ഞു വീട് മയങ്ങികിടക്കുമ്പോൾ
ഞാൻ കണ്ടു പടിപ്പുരയും കൊട്ടത്തളവും
തമ്മിൽ നോക്കി ഇരിക്കുന്നത്.
പാതിയടഞ്ഞ മിഴിവാതിലുകളോടെ .
അരയന്നമായി,
കാറ്റ് കിണർ വക്കിലെ മാവിൻചോട്ടിൽ

ഇരുമുഖങ്ങളിലും ഒരേഭാവം,
വലുപ്പചെറുപ്പം മാറ്റിയാൽ ഒന്നുതന്നെ.
രണ്ടും തണുപ്പിലേക്കുള്ള പ്രയാണങ്ങൾ
പടികടന്നാൽ വീട്ടിലേക്ക്.
തുടിയുടെ പൊക്കിളിൽനിന്നും ഊർന്നിറങ്ങുന്ന
കൊടിവഴി താഴെ നല്ല നനവിലേക്കു.

അല്ലെങ്കിൽതന്നെ,
കയറിവരുന്നതും, ഇറങ്ങിപ്പോകുന്നതും

തമ്മിൽ എന്തുവ്യത്യാസം,
ഒന്നുദൂരം, മറ്റൊന്ന് ആഴം അളവൊന്നുതന്നെ.

കയർവേഗത്തിൽ ഇറങ്ങുന്ന ബക്കറ്റിന്റെ ചുംബനം
കൊണ്ട് നെഞ്ചുമിടിക്കുന്നവെള്ളം.
വിരുന്നുകാരന്റെ കാൽവിരൽ തൊടുമ്പോൾ
കുതറിമാറാത്ത മുറ്റം
രണ്ടുപേരും ഉച്ചമയക്കത്തിൽ കിനാവ് കാണുന്നതും
വേറെന്തു ഭാഷയാവാം.

വഴിയിറങ്ങിവരാത്തവർ നമ്മുടെ
പരിഭവത്തെ,
അവരുടെ പ്രയാസംകൊണ്ടു പ്രതിരോധിക്കും.
വിരുന്നല്ല, ഒരുവരവുപോലും,
മടികൊണ്ട് മറക്കുന്നവർ ഒരുറവ മൂടുന്നു
ഒരുകുട്ട വെള്ളം കോരുന്നതിനെക്കാൾ
വിരുന്നുകാരന് എളുപ്പമെത്താം പാതയകലെനിന്നും,
എന്നാലും.

അതിഥി ഇല്ലാത്ത വീട്,
ജലനില ഇല്ലാത്ത കിണർ.
ഒന്ന് ദൂരത്തൊരുകല്ല്, മണ്ണ്, ഇൻസ്റ്റലേഷൻ.
മറ്റേത് അടപ്പില്ലാത്ത താഴ്ച്ച, കാഴ്ചയെക്കാൾ
അപ്പോൾ, ഞാൻ തന്നെ അതിഥിയും
വെള്ളംകോരി കിണറുമാകും

ഇന്നലെ വിളിച്ചപ്പോൾ
അമ്മ വേവലാതിപെട്ടത്
കിണറ്റിലെ നെല്ലിപ്പടി മുങ്ങാത്ത വെള്ളത്തെകുറിച്ചാണ്.
രണ്ടു ദിവസംമുൻപ്,
അയൽക്കാരൻ അയച്ചുതന്ന വാട്സാപ്പ് ഫോട്ടോ
വീട് വാടകക്ക് എന്ന തലക്കെട്ടിൽ.
രണ്ടും
തണുപ്പ് പോകുന്ന പരിഭവങ്ങൾ.

♦

കാഴ്ച

ഉടഞ്ഞുവീഴുന്നു
മുഖമകന്ന കണ്ണാടിക്കൂടുകൾ
ചിതറിമായുന്നു,
ചിരിയഴിഞ്ഞ പ്രതിബിംബപലകകൾ.

അലിയുന്നു,
തുടുക്കും, പുലർനെറ്റി ചെരിവിൽ
ഒഴുകും സിന്ദൂര മുകിലുകൾ.
ആഴിയിൽ
അണയുന്നു ഭ്രമിതസായന്തനം.

അടരുന്നു പടവുകൾ,
അകലുന്നതേതോ ദൂരം.
വീശുമൊരു വെള്ളാരംകല്ലു തീർക്കും
വെള്ളിവളയങ്ങൾ നോക്കി
നാമിരിക്കും ശീതമടക്കുകൾ
സ്നാനജലാശയ തല്പങ്ങൾ.

പടികടന്നോടുന്ന,
കാറ്റിന്റെ കാലുകൾ തട്ടിയറിയുന്ന
മാവിന്റെ ഉണ്ണികൾ.
മെലിവാർന്ന ഗന്ധവിരലുകൾ
തൊടികളിൽ മാടിവിളിക്കുന്ന
ചക്കവരിക്കകൾ.

ഒഴിയുന്നു,
മിഴിരണ്ടിലും പൊഴിയും
അരയാൽമേഘകൊമ്പുകൾ ഉതിരും
ആലിപ്പഴതണുപ്പുകൾ.

നിറയുന്നതിവിടം,
കാണേ കാഴ്ചപാടങ്ങളിൽ വിളയും
ആത്മരതി മണക്കും
മഞ്ഞ മന്ദാരവൃന്ദം

♦

ബാൽക്കണി ഒരു രുചിയാണ്

ഉച്ചയൂണിനുശേഷം,
പാതിപഴുത്ത ഒരുമാങ്ങ
തെല്ലു പുളിരസിച്ചു കഴിച്ചിറക്കെ
എൻചെവിയിൽ കുടുങ്ങിനിന്നു
അരികിൽനിന്നുമതാ, തെറിച്ചിറങ്ങിയൊരു ശബ്ദം

"ഒരു ബാൽക്കണി
വേണ്ടതായിരുന്നു വീട്ടിൽ, ജാലകം തൊട്ടുതന്നെ.
നമ്മുടെ, മകളുടെ
അഥവാ വിരുന്നു മുറിയിലെങ്കിലും
ഒന്നു, പുറത്തെകാലവും കാറ്റും കാണാൻ."
ബാൽക്കണി,
ജനൽ ചേർന്നൊരുവഴി
അതിലേ അറിയാതോടിപോകും
വേലിചാടുന്ന നമ്മുടെ കണ്ണുകൾ
നിന്റെ ജിജ്ഞാസക്കുത്തരം അയലത്തെ അടുപ്പിൽ
ഉയരാത്ത പുകമേഘങ്ങൾ.
അവയില്ലെങ്കിലും പെയ്യുന്ന കണ്ണുനീർമറയിൽ മങ്ങുന്നു
നിനക്കും,
തീൻമേശയിൽ മുളകുമുപ്പും തീർത്ത രുചിഭേദങ്ങൾ
എനിക്കും.

അവളോ, മകൾ
നിർവചിച്ചുണർത്തി, അഴികൾക്കോട്ടും
കൂടരുതു പൊക്കം, മറിച്ചു,
ഓടുമ്പോൾ അതൊരു ചാട്ടമായിമാറും.
പിന്നെയാ നോട്ടം,

ചില്ലുപാളികൾക്കിടയിലൂടൊഴുകുമോരു
ശലഭചിറകുകൾ, മുറിഞ്ഞുപോകാതെ.

ഇനി,
വിരുന്നുകാരന്റെ ഊഴം.
വന്നവഴിയിലെ വളവും കുഴികളും
ഇവിടെ ഇരുന്നാൽ അറിയില്ലെന്ന്,
ഇന്നലെ അന്തിയുറങ്ങിയ ഒരു മൊഴി.
പാതപകുതിയിൽ വേരിറങ്ങിയ മരത്തിനും,
പകുത്ത മുറ്റത്തിനും
ഭംഗി നല്കുന്നു ഈ ഉയർച്ച എന്നു
തിരിച്ചിറങ്ങവെ അവർ

ബാക്കി,
വിരൽത്തുമ്പിൽ അവസാനപുളിയും
നുണഞ്ഞിറക്കി മുഖാമുഖം.
കഴുകികളയുവനാകാതെ പാത്രത്തിൽശേഷിപ്പു.
ശിഷ്ടായുസ്സിന്റെ ഫലരസനകൾ.

♦

സ്വപ്നാടനം

കരയടുക്കുന്നു,
രാവിന്റെ പായ്കപ്പൽ.
നിദ്രയാൽ,
മിഴിയിതളടയുന്ന കാഴ്ചതൻ
ജനലഴിമുഖത്തൊരു കനവ് പെയ്യുന്നു

ശ്ലഥശയനശകലങ്ങൾ, താഴ്വാരങ്ങൾ.
മേയുന്നു
മേഘരൂപികൾ. ഞാനും, നിയ്യും.

വഴിതേടി വൃഥാവിലോട്ടുലാത്തും
ഏതോ അതിഥിപോൽ
ഓർമകൾ,
ചിത്തഗൃഹത്തിന്റെ നിലവറപടികളിൽ
പെരുവിരൽ ആർദ്രമായുന്നി.

ഒരു പദനിസ്വനം,
പാതിചാരിയ വാതിൽപഴുതിലൂടൊരു, മിഴിയടുപ്പം,
എന്റെ തളർന്ന വലംചുമലിൽ
ഒരു മൃദുചുംബനമുദ്ര.
അറിഞ്ഞു, ഞാനാ അലിവിൻ ഉറവിടം.

അടയുന്ന പടിപ്പുരപാളികൾ
അകമ്പടി, ഇടവഴികേറിവരുന്നോരൊച്ച.
ഉമ്മറച്ചില്ലയിൽ,
കൂടുകൂട്ടാൻ പിടക്കുന്ന കണ്ണുകൾ..
വറ്റിയെരിഞ്ഞെണ്ണതീരുന്ന ക്ഷീണത്താൽ മുറിവോടെ
അമരുന്ന നിലവിളക്കിൻ തിരി.
പൂമുഖത്തപ്പോഴും അനുരാഗദീപ്തമായ്

നിൻമിഴിതാരകൾ..

പരിഭവം,
പാതിരാ പ്രണയനിലാവെല്ലാം
ചുംബനകുമ്പിളാൽ ഒന്നിച്ചിറക്കിയ നാളുകൾ.
കൊരുത്തുവിരൽതുമ്പാൽ
മഞ്ഞനൂൽ, കഴുത്തിൽ കാതരകൊളുത്തുകൾ.
പിന്തുടർന്നു,
മേനിയെ നഗ്നനിഴലുകൾപോലെ നാം.
ചെറുനീർച്ചാലുകൾ, രണ്ടു
പണ്ടൊരു പുഴതീർത്തൊഴുകിയ രാവുകൾ
നീളവും വീതിയും,
അളന്നളന്നെടുത്തു നാം നീന്തിയണഞ്ഞു
കടവുകൾ കാമിതം.

പതിയെ,
വിളർന്നു വെയിൽതട്ടിയ ചിത്രങ്ങൾ
വളർന്നു വിഹ്വല വിഷാദ വിളവിത്തുകൾ
വഴിയെ കവിളലയലയായി,
ഉയർന്നു വിലാപ കൊടും കാറ്റുകൾ
ഉലഞ്ഞു ഉത്സാഹപുടവകൾ.
കൊടിയിറങ്ങീ, ഉത്സവമേളപെരുക്കങ്ങൾ
നാവിൻ പിഴത്തുമ്പിൽ പിടഞ്ഞു രാമായണം.

ഒരുങ്ങാതിരിക്കാം,
ഓർമിച്ചെടുക്കുവാൻ, നാം വായിച്ചൊരയുസ്സിൻ പുസ്തകം.
ഏടുകൾ പിന്നിപ്പോയോരാധ്യയങ്ങൾ.
സങ്കടകടൽ വാറ്റിയ ലവണരസകുറിപ്പുകൾ.

വഴിവക്കിൽ,
കാത്തുനിൽപ്പൂ സംവത്സരങ്ങൾ
ഹരിതകാന്താരങ്ങൾ
തുറന്നേവെക്കാം കൺപീലികൾ മുന്നിൽ,
നിനവിൻ നിറചാർത്തുകൾ.

വരും വിഷു,
കിളിപാടും വീണ്ടും, വിത്തും കൈകോട്ടും.
നിലാവിറങ്ങും, ആതിരാതെന്നലിൽ
ഊഞ്ഞാലിൽ ആടും ഉണ്ണിക്കൊപ്പം,
ഓണത്തപ്പൻ

♦

വാക്ക്

കുന്നിറങ്ങി കുതിക്കുന്ന
കാൽവിരൽ, തുമ്പുതട്ടിതെറിക്കുന്ന കല്ലിലെ,
വക്കുപൊട്ടിയ മൂർച്ചയെൻ
വാക്കുകൾ.

മാലകോർക്കവേ
നൂൽമുനകണ്ണിൽനിന്നോടി
ഉതിരുന്ന, പവിഴമുത്തിൻചിരി നിൻ
ആശ്വാസവാക്കുകൾ

പെയ്തുതീരാത്ത മഴയിലൊരമ്മ.
പകൽ പാതിവേവുന്ന, വെയിലിലൊരച്ഛൻ.
നെറുകയിൽ, വിരൽ കുടകൾ ചൂടുന്ന,
രക്ഷയെന്നക്ഷരം ആവുന്ന
വാക്കുകൾ.

♦

വീട്

തുടങ്ങാം,
വരക്കാൻ ഇനിയുള്ളചിത്രം.
കറുപ്പും വെളുപ്പും നിറചാർത്തു തുല്യം
തലങ്ങും വിലങ്ങും യഥാ
കോറിയിട്ടെഴുതാം വീടെന്ന രൂപം

കാണുന്ന കാഴ്ചയിൽ വളരുന്ന
വീടുകൾ
അന്യന്റെ അനുജന്റെ അനിയത്തിമാരുടെ.
പുത്തനടുപ്പുകൾ വാൽപാത്രവക്കുകൾ
തുളുമ്പിതെറിക്കുന്ന,
പാൽതുള്ളികാണേ എരിയുന്ന
ഹൃത്താൽ നീ പകരുന്ന വാക്കുകൾ
ചോരാതിറങ്ങുന്നു എൻ കർണാവസാനം.
'തുടങ്ങാം,
വരക്കാൻ ഇനിയുള്ള ചിത്രം'

ഇഴമുറിഞ്ഞക്ഷര കവിതകൾ
നമ്മൾക്ക്,
ഗതിവേഗമറ്റ നീർചാലുകൾ ഗേഹങ്ങൾ

നഗരത്തിരക്കിലെ,
ഇടവഴിക്കപ്പുറം മകളെ പിരിഞ്ഞുനാം
മേവിയ രാവുകൾ
പാതവക്കത്തെ പഴയവീടും
കുന്നിൻചരുവിലെ ചെരിഞ്ഞചായ്പും
വ്യസന സമുദ്രത്തിനിപ്പുറം
മണൽ നഗരയോരത്തെ അധിവാസവും

കരിമേഘദൃഷ്ടിയാൽ താനേ കൊഴിയുന്ന
മാമ്പൂക്കൾ നമ്മൾക്ക് പാർപിടങ്ങൾ

പണിയാം,
പുതുക്കിയീ പഴയൊരെണ്ണം
ലളിതം സുഖേയം, ഒരു വര തിരുത്തൽ.
കീറുന്നതെന്തിനോരസ്ഥിവാരം വേറെ,
നിൻബാല്യം വളപൊട്ടുതിർത്തു
രസിച്ച ദിക്കിൽ.

വീശുന്ന കാറ്റിന്റെ ദിശയളന്നും,
വീഴുന്ന പേമാരി മിഴിനിറച്ചും
നിവരും വെയിൽപന്തൽ കീഴിൽ വിയർപ്പാറ്റി,
മധ്യവയസ്സിലെ സായാഹ്നകൗതുകം
ഉമ്മറകോലായിൽ മെതിച്ചുവെച്ചും.

അണുമാത്ര
പിടയതോരാർദ്രനാദീപം
അനുരാഗഹസ്തം നീ കൊളുത്തിവെക്കേ
പകരം,
നമുക്കെതു പുരരചിക്കാൻ
സഖി,
നീ സൂക്ഷിച്ച പ്രണയം ഈ കൂട്ടിലല്ലോ.

♦

വാസ്തവം

'കുഞ്ഞുറങ്ങുന്നു
ശാന്തം, താതന്റെ മടിത്തട്ടിൽ
അരികത്തു ചുമൽതൊട്ടുനിൽപ്പാണ്
ഒരമ്മയും'

അയച്ചുതന്നതാണീ
ചിത്രം, പത്നി എനിക്കായിന്നലെ
വരച്ചതാണത്രേ മകളീ വാങ്മയം.
വഴിമാറി ആശ്ചര്യം,
പുത്തനറിവായ്തീർന്നിതാ രൂപകം
വഴങ്ങുമവൾക്കു വരയെഴുത്തും നിശ്ചയം.

ഓർത്തോർത്തു, നീന്തി ഞാനക്കരെ,
ചിന്തകൾ ജ്ഞാനശുദ്ധി വരുത്തും
പടവുകൾ തേടിതേടി.
കലങ്ങും, സന്ദേഹത്തിൻ ആഴങ്ങൾ അവ്യക്തങ്ങൾ.
ഒഴുക്കിൻ വിപരീത ഗതിവേഗചാലുകൾക്കപ്പുറം
ഓർമ്മകൾ,
മീതെ പായൽപടർപ്പുകൾ

ചോദ്യമലരികൾ
പൂക്കും കയവള്ളികൾ എന്നെ ചുറ്റി.
സംശയചുഴികളിൽ പിടഞ്ഞു ഞാൻ നിലതെറ്റി.
നിശ്ചലം നിവരാതെ,
കൈവിരൽപങ്കായങ്ങൾ

പടികടന്നാരോ കാലൊച്ച,
പകലിലും പാതിരാവഴിയിലും തെളിയുന്നു.
മൊഴികളിൽ വമിക്കുന്ന,

പലിശപുലഭ്യങ്ങൾ, ഉമ്മറകോലായിൽ
നാവേറുശാപോക്തികൾ.

പനിക്കിടക്കയിൽ
ഒരു കർക്കിടകപകലിൽ
കണ്ണീർമഴ തോരാതെ ഉറങ്ങിപോയതാണ്
ഓർമയിലച്ഛൻ.

ആഴങ്ങളിൽ,
നെല്ലിപലകക്കുകീഴിൽ ക്ഷമ മുങ്ങി
അമ്മ ഈറൻനിവരുന്നു,
ഇനി എനിക്കാവില്ല പകരുവാൻ
ഇടനെഞ്ചിൽ അമ്മിഞ്ഞ വെറും നിണമണ
തന്മാത്രകൾ.

മയങ്ങുന്നതെങ്ങിനെ
എൻ ഉണ്ണി, നീ നിലാവിൻ കുടക്കീഴിൽ
ചുറ്റിലും മണൽകാട്ടിൽ വേനൽ
തപിക്കുമ്പോൾ
മുട്ടിയുരുമ്മുന്നതെങ്ങിനെ,
തോൾതൊട്ടു പെൺപിറന്നൊൾ.
ഉച്ചിതൊട്ടടിയറ്റം,ഋണബാധ്യതമാരി
വിഷൂചിക വിളയുമ്പോൾ.
ഇരിപ്പിറക്കുന്നതെങ്ങിനെ വിസ്തരിച്ചൽപനേരം
മൺതറയടർന്നു,വീഴും
അരക്ഷണകാലഭീതിയാൽ
കാൽവിരൽ ദൂരങ്ങളിൽ.

കാണട്ടെയെങ്കിലും, കുഞ്ഞുമോൾ
ചില സ്വപ്നജാലകകാഴ്ചകൾ സന്തോഷങ്ങൾ.
വെയിൽതോരും ഇടവഴിയിൽ
കാത്തുനിൽകയാണല്ലോ
അവൾക്കായി നിലാവിന്റെ നീലമന്ദാരങ്ങൾ

♦

കിട്ടുണ്ണി കൊട്ടിപാടുമ്പോൾ.

വർഷത്തിൽ,
മൂന്നുകാലത്തു കിട്ടുണ്ണി, നാട്ടിൽ വീട് കേറിവരുന്നു.
വിളിക്കാതെ പറയാതെതന്നെ.
കാലവർഷത്തിന് കാലേക്കൂട്ടി,
കർക്കിടകം കുന്നുകേറി മറഞ്ഞാൽ,
വേനലിൽ വെയിൽകൊണ്ടു വേലപോകുമ്പോൾ
കിട്ടുണ്ണി എത്തുന്നു ഒറ്റക്കും ഒപ്പവും.

പുസ്തകത്തിലെ മണം പിടിക്കാൻ,
ഉടുപ്പിലെ കുടുക്കിന്റെ ചന്തം ചോർത്താൻ,
ചെരുപ്പിനെ നനച്ചു ചളി കളയാൻ,
സ്കൂൾ തുറക്കുമ്പോഴേക്കും കാണാമെന്നേറ്റ
ചങ്ങായിയെ നോക്കി കോലായിൽ നിൽക്കുമ്പോളാണ്
തലയിലൊരു തൊപ്പികുടയും,
ഇരുകയ്യിലും ഈരണ്ടു കാലൻകുടയുമായി,
ആദ്യത്തെവരവ്.
തൊപ്പി പടിക്കൽചാരി രണ്ടാംമുണ്ട് കക്ഷത്തിൽവെച്ചു
അച്ഛന്റെ മുന്നിൽ,
പട്ടേലർക്കു മുന്നിൽ ഒരു വിധേയൻ.

വലിപ്പിലെ ചില്ലറ
നിവരാത്ത മുഖത്തിനു മുന്നിലൂടെ
കയ്യിൽ വീഴുമ്പോഴേക്കും
എന്റെ ചങ്ങാതി വന്നു, മഴ.
കുട കണ്ടൊരു പിണക്കത്തോടെ അതുപോയി.
ഒപ്പം ചില്ലറ ചിരിയോടെ കിട്ടുണ്ണിയും.

കോരപ്പനാല്
വെയിലേൽക്കാത്ത ഒരു പേര്

ആ മഴകൂട്ടം
ഒട്ടു തീർന്നപ്പോഴേക്കും പോയി കർക്കിടകം.
പതിവ് തെറ്റിച്ചില്ല,
ഉത്രാട രാത്രിയിലാണ് അവരെ കൂട്ടിവന്നത്.
ചെണ്ടയിൽ കൊട്ടി മാതേവരെ കേൾപ്പിക്കാൻ.
പാട്ടുമായി കെട്ടിയോളും കുട്ടികളും
പാടിപൊലിപ്പിച്ചത് നല്ലൊരു നാവോറു.
കോടിമുണ്ട്, കുറച്ചരി, പപ്പടം, പഴം.
അർഥത്തിന് അഞ്ചും പത്തും,
ചാളയിലും നാളെ ഓണം.
നമ്മൾക്ക് നല്ല ചൊല്ലൽ, രാത്രിയിലെ തുയിൽ.
ചെണ്ടയും പാട്ടും
നിലാവിൽ തോടിറങ്ങി കുറഞ്ഞു.

എന്നും വേലക്കു, വിരുന്നു വെയിൽ.
ഇത്തവണ കൂട്ടിനുവേഷം പേരക്കുട്ടി.
ചെണ്ടയും ചെക്കനും ഭഗവതികാവിലെ പൂരതലേന്ന്.
തോന്നിയ കയ്യിൽ വീഴുന്ന കോലിനു,
തോന്നുന്ന മുറ്റത്ത് ചാടുന്ന ചെക്കൻ,
വിയർക്കുന്ന ദൈവം.
ചാക്ക് പഴയത്, വേഷക്കാരന്റെ കോപ്പും.
അരിയും നെല്ലും,
ഇറങ്ങുന്ന പടിയിൽനിന്നു ഓരോ പിടി,
ആട്ടക്കാരനു അണ, രണ്ടോ നാലോ
ഭഗവതിയുടെ തൊടികൾ പിന്നിട്ട്, ചൂട് ചവിട്ടി.

ഇതൊക്കെ പറയാതെ, ചൊല്ലാതെ വരവ്.
മനുഷ്യനെ കാക്കുന്ന,
കാറ്റിനെ പോലെ തൊട്ട്, തീയ്യിനെപോലെ ചൂടെടുത്തു,
പേമാരിയെ പോലെ പെയ്തുകാത്ത,
ദൈവത്തിനുവേണ്ടി, അറിഞ്ഞ തമ്പുരാനുവേണ്ടി.

ശേഷം,
വിളിച്ചു പറഞ്ഞു വരുമ്പോൾ
കുന്നുകേറി, തൊടിയിറങ്ങി, തോട് കേറി, വരമ്പിറങ്ങി

സംക്രാന്തിക്കൊരു വൃത്തിയാക്കൽ.
തെങ്ങിന്റെ ചുവട്ടിൽ ഒരു കൈക്കോട്ടിന്റെ നിഴൽ
വാഴകൾക്കൊരു ചാലിന്റെ കീറൽ,
കറ്റകൾക്കു പാടം കണ്ടുപോകാൻ ഒരു തോൾ.
വടക്കുപുറത്തെ ചാണകകോലായിൽ
ഒരു പ്ലാവില, കുറച്ചു പഴങ്കഞ്ഞി

ദൈവത്തിനും മനുഷ്യനും ഇടക്ക്
മൂന്നു കാലങ്ങളിലും, മുഷിയാത്ത ദിവസങ്ങളിലും
കൊട്ടിപാടി നാട്ടിലെ കിട്ടുണ്ണികൾ.
അവർ,
നിത്യവും അന്തിയ്ക്കു,
വക്കു പൊട്ടിയ വാക്കുകൾകൊണ്ട്
അവനവന്റെ പാട്ടുണ്ടാക്കി
ചൂട്ടുകത്തിച്ചു വീട്ടിലേക്കു പോകുന്നു.

♦

പട്ടിണി

പര്യായമെഴുതണം,
മൂന്നെണ്ണമെങ്കിലും, വാക്ക് പട്ടിണി.
വിശപ്പ്, ദാരിദ്ര്യം പിന്നെ,
നാലാംതരത്തിലെ
മൂല, നാലുമിളകിയ സ്ലേറ്റിൽ മറന്നു
ബാക്കിയായി,
അവസാനത്തെ ഉത്തരം.
വിട്ടുപോയ ശരിക്കുനേരെ
വലിച്ചെറിഞ്ഞ സ്ലേറ്റിന്റെ
മുറിഞ്ഞ കോണിൽ കണ്ടു അച്ഛന്റെ
മൂർച്ചയുള്ള നോട്ടം.
മൂന്നാംപദം അന്ന് ഓർത്തുവെച്ചു.

ഇന്ന്,
എഴുത്തുപലകയില്ലാതെ,
എൻമകൻ ടാബിന്റെ മൂലയിൽ
പല്ലമർത്തി, പതുക്കെ.
അച്ഛാ,
അറിവില്ലായ്മയ്ക്കിടാമോ പേരു പട്ടിണി?
അറിഞ്ഞു ഞാൻ,
വിവരമുള്ള ഗുരുമുഖമൊരുവാക്ക്
ഇന്നവനെ
അർത്ഥം, പറഞ്ഞെഴുതിപഠിപ്പിച്ചു
അന്ന്,
അച്ഛൻ എന്നോടെന്നപോലെ.

വിശപ്പ് നമുക്കല്ലോ

അജ്ഞാത നാടിനും,
ദാരിദ്ര്യമെന്നതിൽ ചേരും വിവരമില്ലായ്മയും
വിവിധാർത്ഥത്താൽ.
വിശക്കുമുദരമാണ് പ്രജയ്ക്കതെങ്കിൽ
മണ്ണിനു,
അക്ഷരനഗ്നതയാർന്നോരരചന്റെ
രഥമുയർത്തുന്നധൂളി.

പട്ടിണിമാഞ്ഞില്ല ഒരു പദാവലിയിൽനിന്നും.
പകരം,
ചേർത്തുവെയ്ക്കുവാൻ കൂടുന്നു
ഭരണാർത്ഥനിഘണ്ടുവിൽ,
ഉടൽ ഒട്ടുന്ന
കാലത്തിന്റെ, വ്യവഹാരവഴക്കങ്ങൾ.

♦

കോരപ്പനാല്,
വെയിലേൽക്കാത്ത ഒരു പേര്

ആദ്യം
പറഞ്ഞുകേട്ടത് അച്ഛനിൽനിന്നാണ്.
മടങ്ങാൻ വൈകുന്ന വെയിലിനെ നോക്കി
ശീലക്കുട നിവർത്തി, തിരിഞ്ഞിങ്ങനെ,
'ഒന്നു കോരപ്പനാല് വരെ.'
പിന്നെയും പലർ,
ഉറുമ്പുകളെപോലെ അന്നം, വഹിച്ചും വീതിച്ചും എന്നമട്ടിൽ
പലതവണ ചുണ്ടാലെ പകർന്നു.
കാണാത്തൊരാൾ നട്ടതും നനച്ചതും പങ്കുവെച്ച്,
വളർത്തി ഞങ്ങളും ആ ശീലം,

കോരപ്പനാല്,
എന്നുമുണ്ടാവും ആളുകൾ, നിന്നും നടന്നും.
ഇതിലെ ഇറങ്ങിയും, കയറിയും.
ദിശമുറിച്ചു, ദിവസം ഒഴുകിപോകുംവരെ.
വഴിമുറിയ്ക്കുന്ന പലകയിൽ, കൊത്തിവെക്കാത്ത വാക്ക്
മലയും പുഴയും അതിരില്ലാത്ത പടം
മരമോ, മനുഷ്യനോ, അടയാളകല്ലോ വരച്ചുവെക്കാതെ
ഇന്നും.

എങ്കിലും,
ഉള്ളിൽ കടലിരമ്പുന്ന ഞങ്ങൾക്കറിയാം,
ഒരുതൈമരം, കുഴിവെട്ടിയ മണ്ണ്, വേരുതൊട്ട വിരലുകൾ
എവിടെയോ ഉണ്ട്, ഇവിടെയുമാകാം,

ഇവിടം
സമയമാണെന്നും ദൂരമാണെന്നും പറയുന്നവരുണ്ട്.

തലക്കുമുകളിലെത്തുന്ന സൂര്യനാണ് സമയം,
ഞായറാഴ്ച്ച ചന്തയിലേക്കുള്ള ക്ഷണം ദൂരം.
അത്താണിയിൽകെട്ടിറക്കി,
വിയർപ്പുതുടച്ചു ഗണിക്കുന്നു,
മഴയുടെകാലം.

ഒരുയാത്രയിൽ, തീവണ്ടിയിൽ
അടുത്തിരുന്നവനും പറഞ്ഞു, നാട്ടിൽ അവന്റെ അറിവിൽ
ഇതുപോലൊരു ദിക്ക്
പേരറിയില്ല, കേട്ടിട്ടുണ്ടു കുട്ടിക്കാലംതൊട്ട്.
തലശ്ശേരിക്കടുത്ത്,
പൊന്നാനി എടപ്പാൾറോഡിൽ,
മൂത്തകുന്നം വഴിപാതാളത്തിലേക്ക് പോകുമ്പോൾ
കുണ്ടറയിൽ, പിന്നെ കിളിമാനൂർവഴി തിരിയുമ്പോൾ
സഹ്യൻകടന്നാലും,
കുറുകെ കൊങ്കൺ കഴിഞ്ഞാലും കാണാം
പേരില്ലാതെ ഭാഷയിൽ, വരയില്ലാത്ത ഭൂമി
ആകാശംവഴി, കടൽകടന്ന്.

കോരപ്പനാല്, ഒരു തരിശല്ല
മഴകൊണ്ട് ശുദ്ധിയാക്കപ്പെട്ട വിത്ത്.
കുഴിയിലെശ്വാസം, ഉപ്പുചേർന്ന വിയർപ്പ്
വേരു ഇറക്കുന്ന കണ്ണിലെവെളിച്ചം,
മണ്ണ് കരയാകുന്നത് ഇങ്ങനെയാണ് എവിടെയും.
പേര്,
തണുപ്പിൽ തനിയെ നില്കും
വെയിൽ ഉലച്ചാലും കരയെ ഉഷ്ണവഴിയാൽ.

കോരപ്പനാല്
തണുപ്പിച്ചു സൂക്ഷിച്ചപേര്, സ്മൃതിയുടെ ജലം കൊണ്ടു.

♦

മുറ്റം

ആദ്യം താഴത്ത് ഇറക്കിയത്
ഓടുകൾ ആയിരുന്നു.
കർക്കിടകത്തിലെ മഴനൂലുകൾ
ഇടനാഴിയിൽ കെട്ടുപിണഞ്ഞുപടരുമ്പോൾ
ഓലക്കുടപോലെ മുറുമുറുക്കുന്ന
ഓർമയുടെ ഓടുകൾ.

പിന്നെ ജനാലകൾ,
മഴയില്ലാത്ത തൊടിയിലെ, പൊടികൊണ്ടായിരിക്കാം
വീഴുമ്പോൾ മിഴികൾ അടച്ചിരുന്നു.
തുലാസന്ധ്യയിൽ വെളിച്ചം
വാൾതിളക്കമായി ഇറങ്ങുന്നത് കാണാൻ,
തുറന്നുവെച്ച പുറത്തേക്കുള്ള കണ്ണുകൾ.

ചുമർ വീണത് അച്ഛനെപോലെ.
പാതിരാ പേമാരിയിലും,
പകൽ കത്തിയ വേനൽ അടുപ്പിലും
അർത്ഥവും, അന്നവും കാത്ത ചുമരുകൾ.
തുറന്ന വാതിലൂടെ ചിരിച്ചു,
അസ്ഥികൾ കണക്കെ കഴുക്കോലുകൾ, തുലാകട്ടികൾ
മാഞ്ഞ ശരീരമായി.

തറ,
കരുത്തു ചോരുന്ന കല്ലുകൾ
മനസ്സു പാതിയായ മണ്ണടുക്കുകൾ.
അപ്പുറത്തു, ഉറവവറ്റാത്ത കിണർ
ഒരു അമ്മയായി.

ഈ മുറ്റം,
കൈവെള്ളയായി,
അഞ്ചുവിരലുകൾ, ജന്മരാശികൾ.
അവയ്ക്കിടയിൽ, മാഞ്ഞും മറിഞ്ഞും
നെടുകെ നിറഞ്ഞും മുറിഞ്ഞും
ബാക്കിയാവുന്നു സ്മരണരേഖകൾ.

♦

അഭിനയം

തർക്കമുണ്ടായതാണ്
ഇപ്രകാരം,
കണ്ണും ചുണ്ടും തമ്മിൽ.
രോഷം കണ്ണിന്റേതായിരുന്നു.
ചിരിച്ചതെന്തിനു,
നിങ്ങൾ ചുണ്ടുകൾ എനിക്കിഷ്ടമില്ലാത്ത
മുഖം നോക്കി.

വെയിലത്തൊരു കുടനിവർത്തി,
തണൽതരുന്നപോലെ
മറുപടിയായി
ചുണ്ടുകൾ വിടർന്നിങ്ങനെ.
ചിരിക്കറിയില്ലല്ലോ കാഴ്ചയുടെ
കണ്ണടയും കലഹപൊരുൾ.
മതമെന്ത്, രാഷ്ട്രീയം, വർണവിലാപങ്ങൾ.

അതുകൊണ്ടതിരുകൾ അടക്കാറില്ല
അധരങ്ങൾ, മിഴികളല്ലവ.
എപ്പഴും പൂട്ടിവെക്കാൻ ആവുമോ
ഞങ്ങൾക്ക്,
വാക്കിന്റെ വാതിലുകൾ.

വേണം, ഒരു ഇടനാഴി
നമ്മൾ, ചുണ്ടും കണ്ണും തമ്മിൽ.
ഇരുവഴിയിൽ ഇടതടവില്ലാതെ
അല്ലെങ്കിൽ,
അഭിനയം, അടരും ഓരോ ചിരികളും.

♦

ഓടം

എന്നും രാവിലെ
ചിരിച്ചുകൊണ്ടു സൂര്യനെ നമസ്കരിക്കുന്ന
ആദ്യത്തെ ആൾ പൂമുഖമാണ്.

തുറന്നവരാന്തയിലെ
മെലിഞ്ഞ മരത്തൂണിൽ ചാരിയിരുന്നാൽ
കാണാം, ഇറക്കം ഇറങ്ങിവരുന്ന ബസ്സുകൾ
നാഴികയ്ക്കു ഒന്നെന്ന മട്ടിൽ.
കിഴക്കുനിന്നും വീശുന്ന കാറ്റിൽ തൂങ്ങിവരുന്ന
അവയുടെ ഒച്ചയാണ്,
ഞങ്ങളുടെ, ഘടികാരങ്ങളിലെ സമയഗണന.
ഇരമ്പങ്ങൾക്കു അനുസരിച്ചു സമയവും മാറും.
പിസിടി 8 മണിക്ക്.
10നു പാലക്കാടൻ ഫാസ്റ്റ്, അതും നേരത്തിനെങ്കിൽ
11 മണിക്ക് വരും തപാൽവണ്ടി, എബിടി.
പച്ചനിറത്തിൽ എംവിഎംഎസ് പതുക്കെപ്പതുക്കെ
അങ്ങനെ ഇരുദിശയിൽ ഇടക്കിടെ.
രാത്രി 7 മണിവരെ.

ഇതിനെക്കാൾ,
സുഖമായി കേൾക്കുന്നൊരു ശബ്ദം
പള്ളിയാൽവരമ്പിൽ ഒരിത്തിരിനേരം.
ചെവിയും ചേർത്തുപിടിച്ചാൽ ആവാം, അറിയാം

പാതയ്ക്കരികിൽ,
വീടുകൾ, വെച്ചു, വെച്ചോരങ്ങാടി
അവിടെ, താളത്തെ നൂലിൽ വലിച്ചുകെട്ടുന്ന
നെയ്ത്തുകാരന്റെ ചായ്പിൽ

കോരപ്പനാല്
വെയിലേൽക്കാത്ത ഒരു പേര്

തക, തക, തക, തക എന്ന പതിഞ്ഞ കാലം വീഴും.
വിരുന്നുകാരനൊരു വേഷ്ടി,
ഓണത്തിനു ഒരു കുപ്പട,
വിഷുവിനും വേലക്കും, മുണ്ടും നേര്യതും.
ഓരോ കൈവിരലിലും മിടിക്കുന്ന ഓടങ്ങൾ.
പുള്ളോർകുടത്തിലെ കല്ലായി നൂലിൽ തുടിച്ചത്.
നല്ലതിന്റെ നവേറുകൾ.

വഴിവക്കുകളിൽ,
മുളംതണ്ടുകൾ കുത്തിനിറുത്തി അവർ
അരയാൾപൊക്കത്തിൽ, കെട്ടിയുണ്ടാക്കി.
നൂൽമണംപൊഴിഞ്ഞു വഴിയാകെ
നനഞ്ഞുലഞ്ഞ പരുത്തിപെണ്ണ്, ഈറൻപകർന്നു
മയങ്ങുന്ന കട്ടിലുകൾ.
മാറുന്ന പാതയോരങ്ങളിൽ, വെയിൽ കാഞ്ഞങ്ങനെ
ഒരേ കാറ്റ്, ഒരേമണം

അന്യദേശത്തേക്കു ബസ്സുകയറിയ കെട്ടുകൾ
പിന്നീട്,
മടിച്ചു മടിച്ചുയാത്ര നിർത്തിയത്
എന്നാണാവോ, എന്തിനാണാവോ?
നമ്മൾ,
മേനി കൂടുതൽ നിറത്തോടെ, മിനുസത്തോടെ
മറയ്ക്കാൻ തുടങ്ങി,
അവരുടെ. ഭാണ്ഡങ്ങൾ മെലിഞ്ഞു, വയറുകൾ ചുളിഞ്ഞു.
ഉത്തരം എത്ര ലളിതം.
പിന്നെ, പിന്നെ പകലുകളിൽ വെയിൽ ഏൽക്കാൻ
കുളി കഴിഞ്ഞു നഗ്നനൂലുകൾ വന്നില്ല.

ചുരം കടന്നുവന്നു കാറ്റിനൊപ്പം
മണമില്ലാത്ത, നിറമുള്ള ശീലകമ്പികൾ
ഗന്ധമില്ലാതെ ശ്വാസംമുട്ടി,
നെയ്തുകാരൻ,
നിറത്തിന്റെ പാത്രങ്ങൾ തൂക്കി വണ്ടികയറി.
അടുക്കളയുടെ നഗ്നത മറയ്ക്കാൻ.

പെൻഡുലംപോലെ കറങ്ങിയ ഓടം.
വിരൽതുമ്പിൽനിന്നും തെറിച്ചു അതിരിലെ
തോട്ടിൽ വീണത് കിട്ടിയില്ല.
സമയംതെറ്റിയ അവർക്ക്മുന്നിൽ
തോട് പാതയായി.
അടുത്ത ദിക്കിലേക്കുള്ള വഴി.

പൂമുഖം, ഇപ്പോഴില്ല
ബാൽക്കണി വരാന്തയിൽനിന്നും നോക്കിയാൽ
കിഴക്കുകാണില്ല,
മുന്നിൽ സൂര്യനെ മറച്ചൊരു വീട്.
കാറ്റുവളഞ്ഞു, വഴിമാറി.
ചുമരിൽ പുതിയൊരു നാഴികമണി തൂക്കി.
വണ്ടികൾ സമയംനോക്കിയല്ല ഓടുന്നത്.

കുന്നിൻമുകളിലെ
സ്കൂളിൽ ഓഫിസ് മുറിയിലെ
മേശപ്പുറത്തുപത്രം പാറാതെ പോകാൻ
വെച്ചിരിക്കുന്നു പഴയൊരു അറിവ്
ഓടം...

♦

കർഷകൻ

പാതിരാവിൽ പതിഞ്ഞ
മാറിലെ നനവ്,
മണ്ണ്, മഴയാണെന്നറിഞ്ഞനേരം,
മലവരമ്പിലൂടെ, പകലവൻ,
താഴേക്കിറങ്ങാൻ തുടങ്ങി.
ചുമൽതഴമ്പിൽ തൂങ്ങി, വെളിച്ചത്തിന്റെ കലപ്പ.
ഇരുകൈകളും,
മാറിമാറി ഇടതുംവലതും തുറന്നു,
വീശിയെറിയുവാൻ,
പുലരിപൊട്ടുന്ന വിത്തുകൾ.

ഉഴുതുവെളുക്കുന്ന
വിൺചാലുകൾക്കുതാഴെ,
ഉടഞ്ഞമണ്ണിന്റെ ഉലഞ്ഞമുഖം തുടുപ്പിച്ചു,
ഉണർന്ന്,
ഇലകണ്ണുകൾ തുറന്ന് തൊടിയിടങ്ങളിൽ ചെടികൂമ്പുകൾ,
നിറമോടെ, ഗന്ധദളപുടങ്ങൾ.
മുളപൊട്ടും മട്ടിൽ
മർമരജനികളായി, മറ്റു ചിലവ.
അടരുന്നവ, അലയുന്നവ അടുക്കുന്നവ, ഒഴുകുന്നവ, ഇഴയുന്നവ
മരം, മനുഷ്യൻ, മഹീതലം
ജലമായി, ജാലികയായി,
ജീവസന്ധാരണം, പലവഴി തിര്യക്കുകൾ.
വിളവിനു വിത്തെറിയും ചേലിൽ.

ചാഞ്ഞും ചെരിഞ്ഞും.
മെല്ലെ പൊന്തിയും, താണും മൂർച്ച വന്ന

വെയിലിന്റെ മുനയിൽതട്ടി,
കാറ്റിന്റെ ബലൂൺപേടകം പൊട്ടിവീണു.
കുത്തിനിറുത്തിയ കലപ്പക്കാലിനെ ചാരി
പകൽകുത്തനെ നിന്നു.
ഒന്നു ഉച്ചമയങ്ങാൻ പറ്റാതെ.
മുന്നിൽ കത്തുന്ന വെളിച്ചത്തിലും,
ശൂന്യതയ്ക്കു കാവലായി.

പതുക്കെ,
ചെരിഞ്ഞിറങ്ങിയപ്പോൾ മുന്നിലാകാശം,
മണ്ണുതിന്ന
കുഞ്ഞിന്റെ കവിൾത്തടംപോലെ.
അനക്കം കുറയുന്നു താഴെ.
അടയുന്ന ഇലകൾ, അണയുന്ന മിഴികൾ .
തീരുന്നതൊരു യത്നയാത്ര.
കുനിഞ്ഞിറങ്ങി, ശുദ്ധീകരിക്കാൻ
പടിഞ്ഞാറെ തൊടിയിലെ ജലസമൃദ്ധിയിൽ.
കിടന്നു, ദിനം
രാവ് മുഴുവൻ കണ്ണടച്ചു കമിഴ്ന്നങ്ങനെ.
കുപ്പായം കണക്കെ
ഉടൽ പൊതിഞ്ഞവിയർപ്പലിഞ്ഞു .
മാറി, സ്നാനഘട്ടം,
ഒരു ലവണസമുദ്രമായി.

♦

ഉത്തരം

എന്നും,
നിന്റെ ചോദ്യങ്ങൾ
തേങ്ങികരഞ്ഞു പിന്മാറിയിരുന്നത്
മറുപടിയിലെ പുച്ഛം,
ഒരുതുപ്പൽപോലെ തെറിച്ചുതിരിച്ചു
വീഴുന്നതുകൊണ്ടായിരുന്നു.
ഒരു നല്ല മൗനംകൊണ്ടുപോലും
സന്തോഷം നൽകാതെ
എന്റെ നാവിൻതുമ്പിലെ വിഷനീരുമുങ്ങിയ
മുനയുള്ള വാക്കുകൾ, ഓരോ തവണയും
നമ്മുടെ സമയങ്ങളെ
അകാലഹത്യക്കു ഇരയാക്കിയിരുന്നു.

കണ്ണുലഞ്ഞ കാലവും, കരളുടഞ്ഞ യാമവും
കാറ്റും, മാരിയുമായി
പെയ്തുകലങ്ങി ഒഴുക്കിയത് ഒരു
ക്രോധകാമനാനദി.
നനഞ്ഞ കർക്കിടകത്തിൽ നീ
അഗ്നിവസ്ത്രമായെന്നിൽ പുതച്ചുവീണതും.
വേവുന്ന വേനലിൽ, ഞാൻ
വിയർപ്പാറ്റുന്ന കാറ്റിന്റെ വിരലുകളായതും.
കലഹത്തിനും കൗതുകത്തിനും
മധ്യേ,
ക്രമം തെറ്റാതെ ഈ കാലാവസ്ഥയാക്കി
പിന്നെയീ ജീവിതം നമ്മൾ.

നൽകുന്നതെങ്ങിനെ,
ഞാൻ സമാധാനത്തിന്റെ ദേഹം,

ഉടലുലഞ്ഞതിൽ തൂങ്ങി
ഇഴമുറിഞ്ഞ മോഹമേലാടകൾ.
ഉണങ്ങിയനെഞ്ചിൽ,
വീണ്ടുകീറികത്തുന്ന വിശപ്പിന്റെ വിറകുകൾ.
സ്വേദദർപണം തിളങ്ങുന്നത്, എന്റെ
ഇരിക്കുന്ന മുഖത്തല്ല.
നിൽക്കാതെ പെൻഡുലം പോലെ ഓടുന്ന
നിന്റെ മേനിയിൽ.

അന്ന്,
രണ്ടറ്റവും തൊടാൻ നിമിഷവേഗം ചലിക്കുന്നതിനിടയിൽ
എന്നെ നോക്കി
നിന്റെ കണ്ണുകൾ പിടഞ്ഞത് ഇങ്ങനെയായിരുന്നു.
ഓർത്തുപോകണം, കുടനിവർത്തുവാൻ
ഗർജനാനന്തരമെങ്കിലും, ജീവവർഷമായി
ഈ ഒരുവൾക്കുമേൽ.
അപേക്ഷയുടെ ക്ഷീണപ്രവേഗമറിഞ്ഞു
നിശബ്ദത മുറിയുന്ന
സമയംപോലും ഉണ്ടാക്കാനാവാതെ
നാവുണങ്ങിയ ഉത്തരമായി ഞാൻ.

♦

രാത്രി

മുന്നിൽ,
മങ്ങിയതാണ് കാഴ്ച്ച, വഴി നഷ്ടമായതും.
നിലവറയിലൊരു,
കരിമ്പടം പുതച്ചുനിൽക്കുന്ന ചുമർ.
നിശയുടെ ഈ കറുത്തഭൂപടം,
അതിരുകളിൽ നട്ട വെളിച്ചവേലികൾ മറിഞ്ഞുപാതിയിൽ,
പാതമറഞ്ഞ കാനനം

രാത്രി,
ഒരു തുരങ്കമാണതിന്റെ വാതിൽ സന്ധ്യ,
നമ്മൾ കടന്നുവന്നത്.
രാവു തീർന്നാലങ്ങു മിഴിതുറന്നു,
കാലമൊന്നുണ്ട് കാണുവാണെന്ന പ്രതിധ്വനി,
ഉണർന്നുപോയവർ, മനമുടയാത്തവർ
വാതുറന്നു പറഞ്ഞുകേട്ടത്.

ഇടയിലീ ഇരുൾവേള
കഴിഞ്ഞുപോകുവാൻ, മറികടക്കുവാൻ,
സമയവുമൊപ്പം ദൂരവും അറിയണം
ഉണ്ട്, നാഴിക
ഒരു സൂക്ഷ്മമാപിനി.
നക്ഷത്രഘടികാരമുന വൃത്തത്തിലും,
സ്വപ്നം ഉരുക്കിവിളക്കിയ നിദ്ര നീളത്തിലും
തീർത്തത്.

ഉണരുന്ന പകലെവിടെയാണ്
ഈ ഇടനേരമത്രയും കിനാകണ്ടു മയങ്ങാൻ.
ദുരിതമേഘം കനത്തു,

മുഖാമുഖം പെയ്യുന്ന ശിഷ്ടമൗനത്തിനിടയിൽ
ആരുടെ ഭ്രമണസൂചിയാണ് മുറിയുന്നത്.
ഏത് അകലമാണ് കുറയാതെ,
നമ്മുടെ കാലം അന്യമാക്കുന്നത്.

♦

പ്രണയം

ഒരിടത്തു
ആകാശത്തിനുതാഴെ ഭൂമി.
മറുദിക്കിൽ,
മണ്ണിൽനിന്നും വിട്ടു നിലത്തുവീഴാതെ
മാനം.
വൻകരകൾ രണ്ടുദിശകളിൽ
മുഖംതിരിഞ്ഞ് ഇങ്ങനെ.
അതിനിടയിൽ,

ഇവിടെ
നിവർന്നുനില്ക്കുന്ന നീ,
അവിടെ
തലകീഴായി ഈ ഞാനും.
കാൽവെള്ളകളെങ്കിലും ചേർത്തു,
ചൂട് പങ്കുവെക്കാനാവാതെ.

ഇടയിൽ ഉണ്ട്,
പലകപോലെ പരന്നു, കനത്തു
കാടും, ജലവും, കടുത്ത മണ്ണുമായി
അതിർത്തി.
നമ്മൾ ഖനനം ചെയ്യാത്ത,
ജീവിതം.

എങ്കിലും,
കണ്ണുകളിൽ വിരിയുന്ന മഴവില്ലുകൾ
തൊടുക്കുന്നല്ലോ, അന്യോന്യം.
വായുവും, വെള്ളവും, വാനവും
വളഞ്ഞു.

ഇരുകരയിലും
കാത്തുനിൽക്കുന്നവരുടെ
ചുണ്ടിൽ ചുരത്തുവാൻ
നനവുള്ള നിറങ്ങൾ.

ഇടയിലുള്ള,
കരയുടെ ആഴം കിളച്ചു, കുഴിച്ചു
പോയാൽ, ഉള്ളിൽ
ഞാനും നിയ്യും തിരിച്ചറിഞ്ഞിട്ടും,
അകലുന്ന ശൂന്യകാന്തികധ്രുവം.

പുറത്തു,
നമുക്കിടയിലെ, ശ്വാസം മരിക്കുന്ന
വായുരഹിതം, കാഴ്ച്ചയില്ലാത്ത
രാവും പകലും

ഭേദം,
ഈ നിൽപ്പ്, നീ നിവർന്നും,
ഞാൻ തലകീഴായും,
ചുരുങ്ങിയ പക്ഷം,
ഞാനും നിയ്യും ഉണ്ടാവും.
അകലമെത്ര ശൂന്യാകാശമായാലും
അടുപ്പമെത്ര കടുത്ത പാളിയായാലു,
അറിയുന്നുണ്ട്
പ്രണയം ഒരു നിൽപ്പാണ്
പല,
കല്പാന്തകാലം വരെ

♦

ശങ്കരനായാടി

പുറത്തു
പടിവാതിൽ ഇല്ലാതിരുന്ന കാലം
നടവഴി,
മുറ്റത്തേക്ക് ഒഴുകിവന്നിരുന്നു.

മേഘവലകൾ
വകഞ്ഞു മാറി പകലും പൗർണമിയും
പറന്നിറങ്ങുന്ന ഇടങ്ങളിൽ
ചിലർ എത്തുന്നു വിളിച്ചും, വിരുന്നായും
ചില കാലങ്ങളിൽ

അതിലൊരുമുഖം
വേലയ്ക്ക്,
വെയിലിന്റെ വേലികൾ ഒതുക്കിവന്നവൻ.
ചുണ്ടിൽ,
ഇരുനീളകമ്പുകൾ, അടിച്ചുലകിന്റെ
പാട്ടുയർത്തുന്നവൻ.

കാള, കുതിര
വഴിപാട് ഘടനകൾ, ആനകൾക്കൊപ്പം
മനുഷ്യന്റെ ചുമലിലും
നെഞ്ചോടുചേർന്നും, മുഴുദേശം കടന്നും,
മിഴി,
വിത്തിനെക്കാൾ ചിരിച്ചെറിഞ്ഞും
കാവിലമ്മ.

അതിനിടയിൽ,
ഒരാൾ,
വേഷപ്രച്ഛന്നൻ, നാഴിക നടന്നും പാടിയും

മുഴുക്കോൽ വടിയാൽ
ആയുസ്സും,
അരക്കോൽ മുറിച്ചു കർമ്മവും ചേർത്ത്
കൊട്ടിവരുന്നു.

തുറന്ന മുറ്റത്തു
അടുത്തുവന്നു, അറിഞ്ഞുചൊല്ലുന്നു
അന്വേഷണം,
വിയർത്ത ചുമലിൽ തൂങ്ങിമാറാപ്പിൽ
നിറഞ്ഞു,
നമ്മുടെ സ്നേഹദ്രവ്യങ്ങൾ

ദേശങ്ങളിൽ
ദേവിനാമപ്രച്ഛന്ന, ഇവൻ ഏകപേരിന്റെ
ഉടമ.
കുന്നിൻചുമര് തട്ടിതെറിക്കുന്ന
ശബ്ദം.
പാടവരമ്പിൽ ഒരു നീളുന്ന നിഴൽ.
മാഞ്ഞുപോകുന്ന കാലം

പുറത്ത്,
അടഞ്ഞ വാതിലുകളിന്ന്, വെളിച്ചത്തിലും.
തടയണയായി,
ഓരോ മുറ്റവും, ഒഴുക്കൽപ്പമായി.
ഇടവഴി,
പൊതുവായിട്ടും വീണു, ഇടകെട്ടുകൾ.

ഇറങ്ങിവരാൻ കഴിയാതെ,
കോലുകൾ
വലിച്ചെറിഞ്ഞു
ശങ്കരനായാടി തിരിച്ചുപോകുന്നു.
പാട്ട്,
പടിയിൽ എവിടെയോ വെച്ചിട്ടുണ്ട്.

♦

ആഗ്രഹം

ഇഷ്ടങ്ങൾ
ഉണ്ടനവധി, എണ്ണിയാലൊടുങ്ങാതെങ്കിലും.
അവയിൽ,
ഒന്നൊഴിഞ്ഞെല്ലാം നൽകിയാലും,
ശിഷ്ടം വരുന്നൊന്നിനായി
പരിഭവം,
ബാക്കികാലമത്രയും പ്രിയമുള്ളവൾ.

നിഷേധിച്ചാലും മറ്റെല്ലാം,
ഒന്നെങ്കിലും തരികെയെന്നെനിയ്ക്കുള്ള
ചെറുമോഹം
മൗനമായ് ഉള്ളിൽ സൂക്ഷിപ്പു
പ്രിയമുള്ളവൻ.
പ്രണയമായി, നിഗൂഢസ്മിതം.

ആശകൾ,
ഊറ്റിപിഴിഞ്ഞാൽ ശേഷം, വരുന്നതിത്രമാത്രം
ലോകം, ജീവിതം,
നിവർന്നും, നീണ്ടും നീങ്ങുന്നു,
ഇപ്രകാരംചൊല്ലി.
'ഈ ഒന്നുകൂടി','ഒരുതവണ' ,'ഒന്നെങ്കിലും',
അതിനപ്പുറം
ഇല്ല യാചനാസ്വരമായിട്ടുപോലും,
ഒരുവാക്ക്,
ധനികനും, ഈ ഒന്നല്ലാതെ.

♦

നിറം
ഒരുഅതിർത്തിയാകുന്നത്.

ഒരു
ചലച്ചിത്രത്തിലെ ഭാഷണം,
തമാശനടൻ പറയുന്നത്.
ആശുപത്രിയിലൊരു കോണിൽ, നഴ്സ്
വെച്ചുമാറിയ ആ വെളുത്ത കുട്ടിയാണ്
ശരിക്കുള്ള ഞാൻ.

വെളുപ്പും, കറുപ്പും
അനാദിയായ നിറങ്ങൾ, ചിരഞ്ജീവികൾ.
ഇടയിലുള്ളതെല്ലാം മങ്ങിമറഞ്ഞു.
കാഴ്ച്ച കുറയുമ്പോൾ
ഇവർ ഇരുവർ,
രണ്ടറ്റങ്ങളിൽ, കാലത്തിന്റെ പ്രായത്തിൽ,
പകലും രാവുമായി.

ഇടയിലെപ്പഴോ
നമ്മൾക്കിടയിലും, വിതയ്ക്കാതെ
വെളുത്ത കറുപ്പും കറുത്ത വെളുപ്പും
സമൃദ്ധമായി,

എന്നാലിപ്പോൾ,
കറുത്ത രാമനും വെളുത്ത കൃഷ്ണനും
എന്നു, എന്നെയും നിന്നെയും വിളിച്ചിരുന്ന കാലമല്ലിത്.
(സീതയും രാധയും
മരങ്ങൾക്കു താഴെ നിൽക്കട്ടെ)
തൊലിയുടെ തൊടിയതിരുകളിൽ കെട്ടിയ

ദ്രവിച്ച ആ വേലിപൊളിച്ചു,
പകരം
വസ്ത്രം, വഴി, വെള്ളം, വിശപ്പ് ,വിരാമം
കാണിച്ചുയർത്തിയ മതിലുകൾക്ക്
അകൽച്ചയുടെ ഒരേ ഛായകൾ.

മധുരം നോക്കാൻ
ഒരു കുഞ്ഞനുറുമ്പുപോലും
വരിനിൽക്കാത്ത, വരാന്തയിൽ,
പട്ടിണിയുടെ പാട്ടുപുസ്തകത്തിന്റെ ജാതി,
പുറംചട്ട നോക്കിപറയാം.
അറിവില്ലാത്തവന്റെ നാവിൽ ഓറഞ്ചിന്റെ
പുളി,
വിവരമുള്ളവന്റെ തലയിലെഴുത്തിനു ആകാശത്തിന്റെ
പരന്നനീല.

ചാലുകൾ കീറുന്നത്,
കിടങ്ങുകൾ പണിയാനാണ്.
ഒപ്പം,
ചായംപൂശിയ ഉടുതുണി ധരിച്ച്,
കഴുകിനനഞ്ഞ ചരിത്രപുസ്തകം തുറന്ന്
കലഹകമാനങ്ങൾ വരച്ചു.
പറയൂ,
അതിരുകൾ പടുക്കുവാൻ നിറങ്ങളെക്കാൾ
കനമുള്ള കല്ലുകൾ എതാണ്.

ഇനി,
ഇന്നത്തെ വർത്തമാനം
പറയുന്നത് നമ്മളിൽ ആരോ.
മോർച്ചറിവാതിലിനു പുറത്തുകിടക്കുന്ന നിണമുണങ്ങാത്ത
കുപ്പായം എന്റേതല്ല.
ഞാൻ,
വർണനൂലുള്ള വസ്ത്രം ഉടുക്കാറില്ല

♦

പൂന്താനം

ഉണ്ടൊരുകൃതി,
വാസനാവികൃതി.
ഊഴമൊത്തുവരുകിൽ, വായിച്ചങ്ങതിന്റെ
പിഴ തീർത്തുതരുകിൽ
തെല്ലാഹ്ലാദമാകും എനിക്കെന്നു,
കാവ്യധേനുക്കളെ
മേയ്ക്കുമൊരു ഇടയനോടായി ഞാൻ.

തോന്നലാവാം,
എനിക്കല്പമുണ്ടസ്ഖ്യത ഭാഷയിൽ.
മേല്പത്തൂരല്ലോ ഭവാൻ,
മുന്നിൽവെച്ചെഴുന്നേറ്റു, ഒരുവിത,
കവിത.

കാത്തിരുന്നൊരു കൊയ്ത്തുകാലം തീർന്നു,
നെല്ലുംപതിരും,
പകുത്തെടുത്തൊരെഴുത്തെത്തിയിങ്ങനെ.
ഒരു നീർതുള്ളിയാലൊരു കടൽ,
തിരയടിക്കുമാഴി കൈക്കുടന്നയിലൊതുങ്ങണം
നിരന്നവാനമൊരു നീലബിന്ദുവിലുറയണം.
തിരിച്ചൊരു
ബാഹ്യാകാശമായുദിക്കയുംവേണം.
ചിത്രം,
രചിക്കുകയാകണമെപ്പഴും സൂക്ഷ്മമായി,
വാക്കുകൾകൊണ്ടുള്ളരേഖകൾ
വിത്തെറിയുക വീണ്ടും.

കണ്ടു ഞാൻ,
മറ്റൊരാൾ, വാരികയിലെ
വരിയിടങ്ങൾകടന്നുള്ള വഴികളെ പ്രണയിച്ച്
ഭ്രമണംചെയ്യുന്നവൻ.
നഗരത്തെരുവിലെ പത്രമാപ്പീസുപടിയിൽ
ദൂരവാഹനം കാത്ത്നിൽക്കെ,
എന്നെ വായിച്ചോയെന്ന സംശയാതിർത്തിക്കെതിർവശം
നിൽക്കുന്നു പത്രാധിപർ, അയാളെ
കേൾക്കാൻ പാകത്തിൽ ഞാനും.
ഒരു
സഞ്ചാരസമയത്തിന്റെ
താമസമെടുത്തെന്റെ അരികിലെത്തി മറുപടി.
ആവാം അച്ചടിക്കാമെങ്കിലും
വേണ്ടതില്ലല്ലൊ, കാമ്പുള്ള ഒരു കാര്യമിതിൽ.

മുറിയാത്ത ഒഴുക്കല്ല,
ഭാഷയുടെ പങ്കായകരുത്തല്ല,
വിലാസമുള്ള തോണിമരത്തെ കണ്ടല്ലോ
യാത്രയ്ക്കാളുകൾ, വരിനിൽക്കുക
പടിയിറങ്ങി,
പൊലിഞ്ഞ വെയിലിൽ ഉണങ്ങിമായാതൊരു സംശയം,
കവിതയെന്നാൽ
കാഞ്ഞിരമോ, അതിൽപാർക്കും കിളി
മുളും മധുരമോ,

അറിയാതെയാണയാൾ, വഴിപോക്കൻ
കണ്ടതെൻ കൃഷിയിടം, എന്നിട്ടിങ്ങനെ.
വീട്ടിൽ,
ഒരിത്തിരി മണ്ണുള്ളവനറിയാം,
ഒരു വിതയുടെ വിളവെടുപ്പും, വിലയും.
മഴയും, വെയിലും കൊണ്ടരനാഴികനേരം
അക്ഷരചാലുകളുഴുതർത്ഥങ്ങൾ എറിയുന്നവനെങ്കിൽ
കളയേക്കാൾ

കതിരേകാണു ഈ കർഷകവൃത്തത്തിൽ.
ഭാഷയുടെ തുഴച്ചിൽകൊണ്ടു തോണി
കരയിലെത്തും കാലംവരും.
കിട്ടുമൊരുശ്രദ്ധ,
വായന
വരമ്പിൽ തീർക്കാത്തവരിൽനിന്നും

ഇനി,
അടുത്ത ഊഴം.
ആരാണ് വായനക്കാരൻ?
ഒരുത്തരം, ഒരു ശരി, ഒരു തിരുത്തെങ്കിലും.
പൂന്താനം, കാലമായി
പുറത്ത് കാത്തിരിക്കുന്നു

♦

അച്ഛൻ

വാക്ക്, വഴി, വെളിച്ചം
നെഞ്ചകം, ചേർത്തു ചൂണ്ടിയ ചിഹ്നങ്ങൾ.

വെയിൽ പൂത്തകാലത്തും
മഴതാണ നേരത്തും
വിരൽതൊട്ടുതാങ്ങിയ അക്ഷരപിച്ചകൾ

ഉമ്മറതിണ്ണയിൽ ശാന്തഗംഭീരത.
ജനലഴികോണിൽ വിദൂര മന്ദസ്മിതം.
ഉഷ്ണം വമിക്കുന്ന പുത്രന്റെ ജാതകം
ഊഷരമാക്കിയ ജീവസായന്തനം.

വഴിവെട്ടി,
മുൻപേ നടന്നു ചൊല്ലി
കാൽതെറ്റിവീഴാതെ നടകൊള്ളണം
കൈകുടന്നവിടരാതെ, വീണുപോയ് വാക്കുകൾ
വലവീശി,
ദിക്കുകൾ ആ വചനമൊക്കെ.

പകൽ
പെയ്തിറങ്ങുന്ന കാഴ്ചകൾ
പിന്നെ, നിറനിലാവിലെ വാനസ്ഥലികളും.
നക്ഷത്രജാലകം തുറന്നുതന്നു
കണ്ണടച്ചിരുളിൽ,
അദൃശ്യമായി ഭംഗികൾ.

മഴനൂല് വീണപ്രഭാതസന്ധ്യ
പടിയിറങ്ങിപോയി ഒരു വെളിച്ചം
നിനവിൽ മഹാനിദ്ര സാക്ഷിയായി നിൽപ്പാണ്
നിശ്ചലം കാലചക്രം.

കർക്കിടകരാവിന്റെ
തണുപ്പുള്ള നെറ്റിമേൽ നനവൊട്ടി പടരുന്ന
ഭസ്മാംശരേഖകൾ.
വിറകൊണ്ട ചുണ്ടിൽ ഒപ്പി ധൂളീരസം
ചുംബിച്ചു,
പിൻവാങ്ങി ഈ മുൻജന്മശത്രു.

♦

ഒരു പൂവ് വിരിയുമ്പോൾ ജലത്തിന് സംഭവിക്കുന്നത്

പറഞ്ഞുകേട്ടത്,
നമുക്കായി നിലാവിറങ്ങിയ അർദ്ധരാത്രി മുതൽ.

നീന്തി ഒഴുകുന്ന ജലം,
നദി എന്ന പുതപ്പിന്നടിയിലൂടെ ദൃഷ്ടി ഗോചരമായി.
ഉലഞ്ഞുമുടഞ്ഞും, അലഞ്ഞുമഴിഞ്ഞും,
കഥയുതിരുന്ന കല്ലുകൾ കണക്കെ, നഗ്നരാവാതെ,
നാടിതുവാഴുന്നോർ.
നെഞ്ചിൽ, കുഞ്ഞുങ്ങൾക്കു കുതൂഹലം റോസാദളകാലം,
നാടിനും.
കിണർ, കുളം അന്ന്
നിലം വിയർത്തൊഴുകുന്ന നനവിലും
ഉപ്പു രുചിക്കാറില്ലെന്നു, മുഖം കഴുകവെ
തെല്ലു സങ്കടത്തോടെ കണ്ണുനീർ.

അറിഞ്ഞുതുടങ്ങിയത് അമാവാസി,
വെളിച്ചം വിലക്കിയ മറ്റൊരടിയന്തിര രാവിലും.

അണകെട്ടിയ അനക്കങ്ങൾ.
അധികാരം, അച്ചടക്കത്തിന്റെ ചാലുകൾക്ക്
പേരിട്ടു ജലസേചനം.
ദാഹവും, ദഹനവും കഴിഞ്ഞാൽ മടക്കണം
നാവുകൾ പലയിടങ്ങളിൽ.

സുഖമല്ലേ, എന്നുചോദ്യം
ഉണ്ട്,
അസുഖമൊന്നും ഇല്ലെന്ന മറുവായനയിലെല്ലാം.
ജോലി, കൂലി, സഞ്ചാരം,

നിദ്രപോലും നിരീക്ഷണത്തിൽ.
നിശ്ശബ്ദം, പകലുകൾ, പ്രതിഷേധകലപ്പകൾ.
ചിലർക്ക്,
ഈ അവസ്ഥാന്തരം സുഖം സ്വസ്ഥം.

അതിനിടയിൽ
രണ്ടു വെടിയൊച്ചകൾക്കിടയിൽ,
എപ്പഴോ ചില തലപ്പുകൾ.
പുഴയുടെ നെഞ്ചിലേക്ക് ആരോ പറിച്ചിട്ടപോലെ.
ഒറ്റക്കും തെറ്റക്കും, പായൽ ശിരസ്സുകൾ.
ശുദ്ധീകരിക്കുവാൻവേണ്ടി നീരൊഴുക്കിനെ
എന്നുപറഞ്ഞത്, നിക്ഷേപിച്ചവരേക്കാൾ ഉശിരുള്ള
സാക്ഷികൾ, നമ്മൾ.

തുടർന്നാണ്,
തുറന്നത് വിരുന്നിന്റെ വാതിലുകൾ,
തീൻമേശയിൽ വിജയത്തെ വേവിച്ചെടുക്കാൻ
പങ്കുവച്ചത് ശൂലമുനയുള്ള ചട്ടുകങ്ങൾ.
അന്നത്തെ സൽകാരങ്ങൾ,
'അവസാനത്തെ അത്താഴം' തൂക്കിയിട്ട ഹാളിൽ

വയർ നിറഞ്ഞതിന്, ചിരി മതിയാവില്ല പകരം,
ആതിഥേയർക്കും ആർക്കും.
പിരിഞ്ഞിറങ്ങുംമുമ്പ് നൽകി, അവർ
പാരിതോഷികങ്ങൾ,
വെള്ളം നിലക്കുന്ന വേരിന്റെ വിത്തുകൾ.
വിശപ്പിനേക്കാളും
വിപണനവില കാണാത്ത വിശ്വാസത്തിനെന്നു
ഒരു ഏമ്പക്കവും

വിതച്ചതും,
കൂടുതൽ, നമ്മൾ വാശിയോടെ.
ജലത്തെ കെട്ടിയിടാൻ. തലപൊന്തിച്ചുകൊണ്ടങ്ങനെ
ഒരു വേലി,
അല്ലെങ്കിൽ കരിമ്പടം മട്ടിൽ

വെളിച്ചം, ചൂട്, വായു പോലും വീഴാതെ.
ജൈവശിലകൾപോലെ ജീവിതം.
ശ്വാസംനിലച്ച നിലത്തു നിശ്ചലം.
അവർക്ക് വേണ്ടത്,
തുറന്നു ഒഴുകുന്ന ഉറവയല്ല
ഒരേനിറത്തിൽ,
ഒഴുക്ക് മരിച്ച ഒരിടത്തെ അഴുക്കിൽ വിരിയുന്ന
പൂക്കൾ.
കിരീടത്തിൽ ചൂടാനുള്ള അലങ്കാരചിഹ്നങ്ങൾ.

'നാം ഒരു തോറ്റ ജനതയാണ്'
വായിച്ചു എഴുതിയത് വലിയൊരു കവി
പറഞ്ഞുപോയത് യൗവനം നിലച്ച ഒരു കുട്ടി
"വാക്കുകൾ കൂട്ടിചൊല്ലാൻ വയ്യാത്ത കിടാങ്ങളേ,
നിങ്ങൾ?"

♦

ചെർപ്പുളശ്ശേരിയിലേക്ക് വീണ്ടും

അന്ന് ദൂരം,
മഞ്ചകല്ലിൽനിന്നും കച്ചേരിക്കുന്നിലേക്കു
മൂന്നുനാഴിക.
നടത്തം, ഇരുനാഴികനേരം
കണ്ണടച്ചാലും, പകൽപോലെ നേർവഴി.
മണിക്കൂറിൽ മയിൽവാഹനം,
ചിലതുണ്ട് വേറെ. വിരൽകണക്കിൽ ഇരമ്പങ്ങൾ
വാണിഭവിളക്കുകളെക്കാൾ ഇടവഴി, ജലവഴികൾ
പാത,
ഇറങ്ങിയും കയറിയും, കിടക്കുന്നു.
വക്കുകൾ അടർന്നു മാറുന്ന ഒരു കയറായി,
നീളത്തിൽ
തുടക്കം പുലാകാട്ടുനിന്നും കയറ്റം,
കച്ചേരിക്കുന്നിലെ പള്ളിയെത്തിയാൽ ഒടുക്കം.

നടന്നാലല്പം ഇടത്തു, അറിവിന്റെ ആൽമരം
അന്നതൊരു പെൺപള്ളിക്കൂടം.
ഇന്നക്ഷരം,
നട്ടും നിരന്നും പെഡഗോഗിപാർക്ക്.
വശത്തൊരു വഴി വെള്ളോട്ടുകുറുശ്ശി.
വേലക്കുവരും ചില കാളകൾ, ചിലനാളിൽ.
തുള്ളിയും, തെറിച്ചും ഒരു പൂരകാലം.

പിന്നെ,
ഇറക്കം കഴിഞ്ഞാൽ, കാത്തുനിൽക്കുന്നു അയ്യപ്പൻ,
എട്ടണക്കു രണ്ടടയുമായി,
ചേരിയിൽ ചെറുപിള്ളേർക്കൊപ്പം എനിക്കും.
മറയാതെ,

അയ്യനെപോലുയരത്തിൽ ഒരു ചെമ്പകം.
അരികിൽ മുഖംനോക്കാനൊരു കുളം
കുളിച്ചീറൻ പകർന്നും ചിലർ.

ആരോ വിളിക്കുന്നു, പിന്നിൽ
കൈയിൽ ചിലപുസ്തകകെട്ടുമായി ഒരമ്മ,
കസ്തുർബ,
അങ്ങു ഇടവഴികോണിൽ.

വീണ്ടും പാത,
കയറ്റത്തിൽ രണ്ടുവഴി.
ആതുരാലയത്തിലേക്കു അന്തേവാസികൾ,
പന്നിയംകുറുശ്ശിയിൽ താലപ്പൊലി.
രണ്ടും, രണ്ടുവഴി.. സങ്കടം, സന്തോഷം.

ഇറങ്ങിയാൽ
ഇടത്തൊരു, കോളേജും എഴുത്തശ്ശനും
അറിവെല്ലാം ഇടത്തെന്നമട്ടിൽ,
അടുത്തവഴി.
അടിക്കുന്നിൻ മടി, പാഠവും, പന്തും നോക്കി
ജ്ഞാനഗൃഹത്തിൽ ഗാന്ധി.
നടന്നാൽ ചിലകാതം, കാറൽമണ്ണ.

എതിരെ
തപാലാപ്പീസിന്റെ വരാന്തയിൽ, തട്ടിയും മുട്ടിയും
ചിരിയിൽ മുദ്രയൊട്ടിച്ചു ഇരിക്കുന്നു ചിലർ
ഇറങ്ങിനടന്നു,
'ചെന്ത്രത്തിലെ കൂട്ടീടെ' തുള്ളിക്കു നിൽക്കുന്നു
ബീപാത്തുമ്മ.

ഇപ്പഴേ കണ്ടു, മൂന്നും കൂടിയിടം.
ഒറ്റപ്പാലത്തുനിന്നും വരുന്ന വണ്ടിക്കു
പുസ്തകം വാങ്ങാൻ പാകം,
നേരെ മുന്നിൽ തുറന്നിരിക്കുന്നു ഉദയപ്രസ്സ്.

അച്ഛന്റെ സായാഹ്നം ഇവിടെ,
കാപ്പി, പാത മുറിച്ചെത്തും സഖാക്കൾ
മുന്നിൽ, നിറകൺചിരിയോടെ ബാപ്പുട്ടി.
രാഷ്ട്രീയം, സമരം, പരിഷത്ത്
പലഹാരത്തിനു പല രുചിഭേദങ്ങൾ.
പാത്രം മാറിയിട്ടില്ല ഇപ്പോഴും,
വിശപ്പും വിഭവങ്ങളും കൂടിയിട്ടേയുള്ളു.

എവിടെയാണ് എലിയപ്പറ്റ,
കാണാൻ പോകണം ഒരിക്കൽ.
അന്ന്ഹിമാലയത്തെപറ്റി കേട്ടിട്ടില്ലായിരുന്നു
*'അനങ്ങനെ' പോലും അറിയാത്തകാലം

ബസ്സിറങ്ങുമ്പോൾ
ചില്ലുഗ്ലാസ്സിൽ ചൂടുചായ,
ആവിപൊന്തുന്ന ബീഫ്, രണ്ടു പൊറോട്ട.
അറിഞ്ഞുകേറുന്നത് മലബാറിൽ

നാണയം വീഴുന്ന ചില ദ്വന്ദ്വങ്ങൾ*
ശാസ്താദർശനം, പുത്തനാൽ മുന്നിൽ ആനന്ദം.
കാഴ്ചയുടെ ശീലവും, ശീലയും
ഒരു ജോടി പ്രതിഷ്ഠ, മറുജോടി പ്രൊജക്ടർ

അപ്പുനെടുങ്ങാടിക്കേ ഉള്ളു
പണമിടപാട് ഇന്നാട്ടിലും ബാങ്കായിട്ടുതന്നെ.
രണ്ടാമത്തെ, വിരൽത്തുമ്പിൽ തെളിയുന്നു
സർക്കാർവക. ഇന്നില്ല അവയൊന്നും
ഇരയായിതീർന്നു രണ്ടും
പ്രാപ്പിടിയർ എന്നും പരദേശികൾ തന്നെ.
പിന്നെ നാട്ടിലെ പേരിൽ രണ്ടെണ്ണം,
തീർന്നു ചില്ലറ വരവും പോക്കും.

നിൽക്കുന്നിടത്തു എണ്ണമണക്കുന്നു,
മുന്നിൽ ഒരു ഷെവർലെ,
ഒരു ആംബി, മുരടനക്കി ഫാർഗോ ലോറി പിന്നിൽ,
ടാങ്കർ വന്നിട്ടേയുള്ളൂ.

മുന്നിൽ കാണാം
ഭഗവതികാവിലെ കൊടിമരം
പുത്തനാൽകാവിലമ്മ നഗരമാതാവ്.
വേലയും, വെളിച്ചപ്പാടും രാവിൽ
കൂത്ത്, കാക്കി വിയർക്കുന്ന പകലിൽ.

നോക്കിയോ പോരുന്ന വഴി,
ഇരുന്നും കിടന്നും നിശ്ച്ചലം, കൺതുറന്നും
പടിവാതിൽക്കൽ കാവൽ. ചിലർ.
ആന, സിംഹം, പുലി
ആഢ്യത്തത്തിന്റെ അലങ്കാരം. മണ്ണ്

ഒരു ചെറുവളവും കയറ്റവും.
കിതപ്പിൽ കയറുന്നു കച്ചേരിമുറ്റം.

ഇതു പഴയദൂരം.
പുതിയഅടുപ്പം, ശ്വാസംമുട്ടുന്ന നീളം
ഗതിവേഗം, വാണിജ്യതിരക്കുകൾ.
വെള്ളിനേഴിതൊട്ടു നെല്ലായ.
വിലങ്ങനെ തൂത, തൃക്കടീരി ഉപഗ്രഹങ്ങൾ.
ഈ ഭൂപടത്തിനുമീതെ സൂര്യൻ.
വെളിച്ചവും ചൂടും, വീഴാൻ വഴി കാണാതെ,
പൂരപറമ്പിലെ കുട്ടികളായി.
കാറ്റ്, ഒരു വിസിൽപോലും വിളിക്കാൻപറ്റാത്ത
പാവം പോലീസുകാരൻ.

♦

*അനങ്ങൻമല
*ക്ഷേത്രങ്ങളും സിനിമാടാക്കീസുകളും

അനുബന്ധം

ഇനി ചില വായനകളുടെ പകലനുഭവങ്ങളാണ് പങ്കു വെയ്ക്കുന്നത്. ആ വെളിച്ചത്തിൽ ഞാൻ ശ്രദ്ധയോടെ ഇനിയും എഴുതുന്നത്.. കണ്ട കാഴ്ചകളിൽ നിന്നും, കേട്ട വാർത്തകളിൽ നിന്നും..

ഡോ. സി. ഗണേഷ്

(തുഞ്ചത്ത് എഴുത്തച്ഛൻ മലയാളം സർവകലാശാല, തിരൂർ)

'കവിതകൾ നന്ന്. ആത്മാർത്ഥമായി കവിത ആവിഷ്കരിക്കാനുള്ള ശ്രമം കാണാം. വാക്കുകളിലെ സൂക്ഷ്മതയും അനുഭവങ്ങളിലെ ഭിന്ന രുചിയും ആസ്വദിച്ചു. കോരപ്പനാൽ, ചെർപ്ലശ്ശേരി, അച്ഛൻ, കടൽ എടുക്കുന്ന പുഴ എന്നിവയാണ് ഏറ്റവും ഇഷ്ടമായത്.

ആലങ്കോട് പറഞ്ഞതുപോലെ സ്ഥലത്തെ ആവിഷ്കരിക്കാനുള്ള കവിയുടെ ശ്രമം നന്നായി വിജയിച്ചിട്ടുണ്ട്. പലയിടത്തും സ്വകാര്യ ബിംബങ്ങൾ അതിരുകവിഞ്ഞ് ഉപയോഗിക്കുന്നു എന്നുള്ളത് കവിതയുടെ വലിയ പരിമിതിയായി തോന്നി. ചുള്ളിക്കാടിന്റെ ആദ്യകാല കവിതയ്ക്ക് ഈ പ്രശ്നമുണ്ടല്ലോ.

സ്ഥലത്തോട് പുലർത്തുന്ന വലിയ സൗഹൃദം, അനുഭവപരമായ സൗഹൃദം അത് ചോര ബന്ധവും ചോറ് ബന്ധവുമാണ് കൃത്യമായി വരച്ചിടുന്നു. ഒരുപക്ഷേ നാടിനോട് പുലർത്തുന്ന ഈ മമതാ ബന്ധമാണ് താങ്കളുടെ കവിതകളിലെ വേറിട്ട ഭാവം. താങ്കൾക്ക് കവിതയിൽ ചിലത് ചെയ്യാനാവുമെന്ന് ഈ കവിതാ സമാഹാരം സംശയമേതുമില്ലാതെ തെളിയിക്കുന്നു.

നിരന്തരം എഴുതുക. ഈ നോട്ടങ്ങൾ മലയാള കവിതക്ക് ആവശ്യമുണ്ട്.

***

ജ്യോതിഭായി പരിയാടത്ത്

കവി, പരിഭാഷക

ശ്രീ കെ ഗോപിനാഥന്റെ 'കോരപ്പനാല് വെയിലേൽക്കാത്ത ഒരു പേര്' എന്ന കാവ്യസമാഹാരത്തിന്റെ പേരിൽ തന്നെയുള്ള കവിതയിലാണ് കവിയെ ആദ്യം വായിക്കുന്നത്.

കോരപ്പനാല് ഒരു തരിശല്ല/മഴകൊണ്ട് ശുദ്ധിയാക്കപ്പെട്ട വിത്ത്/കുഴിയിലെ ശ്വാസം/ഉപ്പുചേർന്ന വിയർപ്പ്/വേരിറക്കുന്ന കണ്ണിലെ വെളിച്ചം/മണ്ണ് കരയാകുന്നത് ഇങ്ങനെയാണ് എവിടെയും' എന്ന പേരിനൊത്ത ഒരടയാളം പോലുമില്ലാതെ, ഒരു സ്ഥലപുരാണം പോലുമില്ലാതെ ഒരു സ്ഥലനാമം എങ്ങനെയാണ് സാമാന്യവും സാർവ്വജനീനവും ആകുന്നതു എന്ന് കോരപ്പനാലിനെ ആധാരമാക്കിയ ഗോപിനാഥിന്റെ കവിത ചന്ദ്രികയിൽ വായിച്ചതാണ്.

ഇത്, സമാഹാരത്തിൽ എനിക്ക് കൂടുതൽ പ്രിയം തോന്നിയ 'മുറ്റം' എന്ന കവിത.

ആദ്യം താഴത്ത് ഇറക്കിയത്
ഓടുകൾ ആയിരുന്നു.
കർക്കിടകത്തിലെ മഴനൂലുകൾ
ഇടനാഴിയിൽ കെട്ടുപിണഞ്ഞു
പടരുമ്പോൾ
ഓലക്കുടപോലെ മുറുമുറുക്കുന്ന
ഓർമ്മയുടെ ഓടുകൾ.

പിന്നെ ജാനാലകൾ,
മഴയില്ലാത്ത തൊടിയിലെ
പൊടികൊണ്ടായിരിക്കാം
വീഴുമ്പോൾ മിഴികൾ അടച്ചിരുന്നു.
തുലാസന്ധ്യയിൽ
വെളിച്ചം വാൾത്തിളക്കമായി
ഇറങ്ങുന്നത് കാണാൻ,
തുറന്നു വെച്ച പുറത്തേയ്ക്കുള്ള
കണ്ണുകൾ.

ചുമർ വീണത് അച്ഛനെപ്പോലെ.
പാതിരാപ്പേമാരിയിലും,
പകൽ കത്തിയ വേനലടുപ്പിലും
അർത്ഥവും അന്നവും കാത്ത

ചുമരുകൾ.
തുറന്ന വാതിലൂടെ ചിരിച്ചു,
അസ്ഥികൾ കണക്കെ
കഴുക്കോലുകൾ
തുലാക്കട്ടികൾ.
മാഞ്ഞ ശരീരമായി.

തറ,
കരുത്ത് ചോരുന്ന കല്ലുകൾ
മനസ്സു പാതിയായ, മണ്ണടുക്കുകൾ .
അപ്പുറത്ത് ഉറവ വറ്റാത്ത കിണർ
ഒരു അമ്മയായി.

ഈ മുറ്റം,
കൈവെള്ളയായി,
അഞ്ചു വിരലുകൾ, ജന്മരാശികൾ .
അവയ്ക്കിടയിൽ, മാഞ്ഞും
മറിഞ്ഞും
നെടുകെ നിറഞ്ഞും മുറിഞ്ഞും
ബാക്കിയാവുന്നു സ്മരണ രേഖകൾ.

***

വിജയകുമാർ പി എസ്

കവി, സാംസ്കാരിക പ്രവർത്തകൻ.

സമാഹാരത്തിലെ ഇരുപത്തിയഞ്ചു കവിതകളിലൂടെ പോയപ്പോൾ വ്യക്തമായ ഒന്ന്, പ്രവാസിയായ കവിയുടെയുള്ളിലെ ചെർപ്പുളശ്ശേരിക്കാരൻ ഒളിഞ്ഞുംതെളിഞ്ഞും വരികളിലൂടെ നടക്കാനിറങ്ങുന്നതാണ്. കോരപ്പനാൽ തന്നെ അതിന്റെ മൂർത്ത സാന്നിദ്ധ്യമാണ്. മഞ്ചകല്ലും, കച്ചേരിക്കുന്നും, മയിൽവാഹനവും, പന്നിയംകുറിശ്ശി താലപ്പൊലിയും, കാറൽമണ്ണയും, ഉദയപ്രസ്സും, എലിയപ്പറ്റയും, മലബാർ ഹോട്ടലും, അനങ്ങൻമലയും, പുത്തനാൽക്കൽ ഭഗവതിയും, വെള്ളിനേഴിയും, നെല്ലായയും തുടങ്ങിയുള്ള നാട്ടുകല്പനകളിലൂടെയുള്ള സഞ്ചാരമാണത്. അതിലൂടെ ത്തന്നെയാണ് ഈ കവി കവിതയുടെ ആകാശം കാണുന്നത്. ഒരിടത്തും ചിട്ടപ്രകാരമുള്ള ഒരു കാവ്യവഴി സ്വീകരിച്ചുകാണുന്നുമില്ല ഗോപിനാഥൻ. കവിതയുടെ ഇടക്കോ, ഒടുക്കമോ ചേർക്കേണ്ട വരിയാണോ ആ

ദ്യം ചേർത്തത് എന്നുപോലും തോന്നിപ്പോകും. എന്നാൽ, കവിതയിലൂടെ പോകെപ്പോകെ അത് മൊത്തം ഭാവങ്ങളെ മാറ്റിമറിക്കുന്ന പുതുലാവണ്യമായി പരിണമിക്കുന്നതു കാണാം. അതോടൊപ്പം ഭാഷയുടേയും, പദക്കൊളുത്തുകളുടേയും നവീന സന്നിവേശങ്ങളും 'മലയാളകവിതേ, ഈ കവിയിലേക്കു നോക്കൂ....' എന്നു വിളിച്ചുപറയുന്നുണ്ട്, തീർച്ചയായും! നിയതമായതിനെ മറിച്ചിടുന്നതിന് ഉത്തമദൃഷ്ടാന്തമാണ് സമാഹാരത്തിലെ 'പ്രണയം' എന്ന കവിത. തനതു പ്രണയ സങ്കല്പങ്ങളെ നിരാകരിച്ചുകൊണ്ടാണ് കവി കടന്നുകയറുന്നത്. 'പ്രണയം', വൻകരകൾ രണ്ടു ദിശകളിൽ മുഖം തിരിഞ്ഞുനിൽക്കേ, ഇവിടെ നിവർന്നു നിൽക്കുകയാണ് നീ, അവിടെ തലകീഴായി ഞാനും എന്ന കീഴ്മേൽമറിയലാണ് കവിക്ക്. കവി തന്റെ സർഗ്ഗക്രിയയുടെ നിലപാടറിയിക്കുന്നുണ്ട് 'പൂന്താനം' എന്ന കവിതയിൽ. 'പൊലിഞ്ഞ വെയിലിൽ ഉണങ്ങി മായാതൊരു സംശയം'തന്നെയാണത്! പാട്ട് വീട്ടുപടിയിലെവിടെയോ വെച്ചിട്ടുണ്ടെന്നും 'ശങ്കരനായാടി' എന്ന കവിതയിൽ കവി. അതെ, ആ അന്വേഷണം കവിതയുടെ വിഭ്രാന്തികളെ തേടിപ്പിടിക്കാനുള്ള

ഊർജ്ജമായി കൊണ്ടുനടക്കുകയാണ് കെ.ഗോപിനാഥൻ എന്ന കവി.

***

രാജേഷ് ചിത്തിര

കവി, കഥാകാരൻ.

തികച്ചും മൗലികമായ ഒരു രചനാ രീതിയും തനതായ ഭാവുകത്വപരിഗണനകളുമാണ് കെ. ഗോപിനാഥന്റെ കവിതകളുടെ പ്രത്യേകത എന്ന് വായിക്കുന്നു. 'കോരപ്പനാല് വെയിലേക്കാത്ത ഒരു പേര്' എന്ന കവിതാസമാഹാരത്തിന്റെ പേരു തന്നെ അത് സൂചിപ്പിക്കുന്നു.

തണുപ്പിച്ചു സൂക്ഷിച്ച ഒരു ദിക്കിന്റെ ഓർമ്മയാണത്. ഓർമ്മ ഉള്ളിൽ കടലിരമ്പമാകും ചില പേരുകൾ വരുമ്പോൾ . ഇടം സമയവും ദൂരവുമാണവിടെ എന്ന് കവി. എന്നാൽ സമയമോ തലയ്ക്കു മുകളിലെത്തുന്ന സൂര്യനാണു താനും. പേരില്ലാത്ത ഭാഷയിൽ വരയില്ലാത്ത ഭൂമിയും ആകാശവും കടലും കടന്ന് ആ ദിക്ക് എവിടെയെല്ലാമോ. എവിടെയാണ് ഇല്ലാത്തത്.

ദൈവത്തിനും മനുഷ്യനുമിടയ്ക്കു
മൂന്നു കാലങ്ങളിലും
മുഷിയാത്ത ദിവസങ്ങളിലും
വക്കുപൊട്ടിയ വാക്കുകൾ കൊണ്ട്

കോരപ്പനാല്
വെയിലേൽക്കാത്ത ഒരു പേര്

അവനവന്റെ പാട്ടുണ്ടാക്കി ചൂട്ടു കത്തിച്ചു
വീട്ടിലേക്കു പോവുന്നു
എന്നും
കണ്ണുകളിൽ വിരിയുന്ന മഴവില്ലുകൾ
തൊടുക്കുന്നല്ലോ, അന്യോന്യം
വായുവും വെള്ളവും വാനവും
വളഞ്ഞു/പ്രണയം
എന്നും
ഇറങ്ങി വരാൻ കഴിയാതെ ,
കോലുകൾ
വലിച്ചെറിഞ്ഞു
ശങ്കരനായാടി തിരിച്ചു പോകുന്നു
പാട്ട്,
പടിയിൽ എവിടെയോ വെച്ചിട്ടുണ്ട്/ശങ്കരനായാടി
എന്നും

കെ.ഗോപിനാഥൻ എഴുതുമ്പോൾ ആ കവിതകൾ ഒരു ദേശത്തിന്റെയും ആ ദേശത്തിന്റെ കവിയോർമ്മകൾ കൂടിയാകുന്നു. പൂന്താനവും ഇടശ്ശേരിയും മറ്റും കവിതകളുടെ ഭാഗമാവുന്നു.

***

മഹിന്ദർ മഹി

അധ്യാപകൻ, കവി

'കോരപ്പനാല്, വെയിലേൽക്കാത്ത ഒരു പേര്' എന്ന കവിതകളുടെ സമാഹാരത്തിൽ ഏറ്റവുമാദ്യം ശ്രദ്ധയിൽപ്പെടുക, ടൈറ്റിലുകളിലെ കവിത തന്നെയാണ്.

'കോരപ്പനാൽ, വെയിലേൽക്കാത്ത ഒരു പേര്', 'ആഴം, തണുപ്പിലേക്കുള്ള ദൂരം', 'ബാൽക്കണി ഒരു രുചിയാണ്', 'നിറം ഒരു അതിർത്തിയാണ്', 'ഒരു പൂവ് വിരിയുമ്പോൾ ജലത്തിന് സംഭവിക്കുന്നത്', 'കടലെടുക്കുന്ന പുഴ' എന്നിങ്ങനെ...

ബിംബങ്ങൾക്ക് പുതുമയും എന്നാൽ നാട്ടുപഴമയും ഒരു പോലെയുണ്ട്. ഒരു ഉദാഹരണം നോക്കൂ..

'അങ്ങനെയിരിക്കേ, ഒരു ദിവസം
ഉച്ച കഴിഞ്ഞു വീട് മയങ്ങിക്കിടക്കുമ്പോൾ
ഞാൻ കണ്ടു പടിപ്പുരയും കൊട്ടത്തളവും

തമ്മിൽ നോക്കി ഇരിക്കുന്നത്'
(ആഴം, തണുപ്പിലേക്ക് ഉള്ള ദൂരം)

ഇവിടെ ഗൃഹാതുരത ചെടിപ്പിക്കുന്ന പഴമയല്ല, ചടുലമായ ഓർമ്മ പ്പെടുത്തലോ നീറ്റലോ ആണ്.

'പടി കടന്നോടുന്ന,
കാറ്റിന്റെ കാലുകൾ തട്ടിമറിയുന്ന
മാവിന്റെ ഉണ്ണികൾ.
മെലിവാർന്ന ഗന്ധവിരലുകൾ
തൊടികളിൽ മാടിവിളിക്കുന്ന
ചക്കവരിക്കകൾ'
(കാഴ്ച)

'ഈ മുറ്റം കൈവെള്ളയായി,
അഞ്ചുവിരലുകൾ, ജന്മരാശികൾ'
(മുറ്റം)

'പുറത്തു
പടിവാതിൽ ഇല്ലാതിരുന്ന കാലം
നടവഴി
മുറ്റത്തേക്ക് ഒഴുകി വന്നിരുന്നു'
(ശങ്കരനായാടി)

ഈ കവിതകളിൽ പരിചിത സമയവും കാലവും ചതുർമാനസമാന മായി വിരിഞ്ഞു നിൽക്കുന്നുണ്ട്.

***

ദ്വാരകാനാഥൻ എം കെ

സാംസ്കാരിക പ്രവർത്തകൻ, ശ്രീകൃഷ്ണപുരം

നാട്ടു മണമുള്ള ജീവിത ചിന്തകളുടെ പടിപ്പുരവാതിൽ നമുക്കു മു ന്നിൽ തുറക്കുന്ന ഒ

വള്ളുവനാടിന്റെ ജീവിത പരിസരം നൽകിയ ഗൃഹാതുരമായ കാഴ് ചകളും ചിന്തകളും എല്ലാം ഗോപിയേട്ടന്റെ കൂടെ ഇന്നും സഞ്ചരിക്കു ന്നുണ്ട്.

'മുഴുക്കോൽ വടിയാൽ
ആയുസ്സും
അരക്കോൽ മുറിച്ചു കർമ്മവും
ചേർത്ത്

കൊട്ടി വരുന്നു'
പാടവരമ്പിലൂടെ... നാട്ടിടവഴികളിലൂടെ...
പൂരക്കാലത്തെത്തുന്ന
'ശങ്കരനായാടിയിലും'

'ചുമൽ തഴമ്പിൽ തൂങ്ങി
വെളിച്ചത്തിന്റെ കലപ്പ
ഇരു കൈകളും
മാറി മാറി
ഇടതും വലതും തുറന്നു
വീശിയെറിയുവാൻ
പുലരി പൊട്ടുന്ന വിത്തുകൾ'

മല വരമ്പിലൂടെ പുലരി വിരിയും മുമ്പേ താഴേക്കിറങ്ങുന്ന 'കർഷകനും'

'നിലാവുള്ള ഉത്രാടരാത്രിയിൽ ചെണ്ടയും പാട്ടുമായി മാതേവരെ കേൾപ്പിക്കാനും' ഭഗവതിക്കാവിലെ പൂരത്തലേന്ന് തോന്നിയ കയ്യിൽ വീഴുന്ന കോലിന് തോന്നുന്ന മുറ്റത്ത് ചാടുന്ന ചെക്കനുമായും എത്തുന്ന കിട്ടുണ്ണിയും' എല്ലാം നമുക്കിടയിൽ എവിടെയൊക്കെയോ ഒളിഞ്ഞിരിപ്പുണ്ടെന്ന് ഗോപിയേട്ടൻ ഓർപ്പിക്കുകയാണ്

ജന്മബന്ധങ്ങൾക്ക് മാറാലയുടെ പോലും ആയുസ്സില്ലാത്ത ആസുര കാലത്ത് 'അച്ഛൻ' എന്ന കവിതയിലൂടെ വരച്ചുകാട്ടുന്നത് തങ്കശോഭ കണക്കെ സൂക്ഷിക്കുന്ന പിതൃ പുത്ര ബന്ധത്തിന്റെ അമരത്വം പൂകിയ ഓർമ്മകളാണ് ..

'വെയിൽ പൂത്ത കാലത്തും
മഴ താണ നേരത്തും
വിരൽ തൊട്ടു താങ്ങിയ
അക്ഷര പിച്ചകൾ'

ജനലഴി കോണിലെ വിദൂര മന്ദസ്മിതമായും ഉമ്മറത്തിണ്ണയിലെ ശാന്ത ഗാംഭീര്യമായും മനസ്സിൽ മായാതെ നിൽക്കുന്ന അച്ഛനെന്ന ആൽമരം നൽകിയ പ്രാണവായുവും തണലും ആരും ആഗ്രഹിച്ചു പോകും. ഗോപിയേട്ടൻ ഉപയോഗിച്ച ലളിതമായ ഭാഷയും ശൈലിയും ഈ സൃഷ്ടിയുടെ സൗന്ദര്യമാണ്.

'കോരപ്പനാല് വെയിലേൽക്കാത്ത ഒരു പേര്' എന്ന കവിതാ സമാഹാരത്തിൽ ജീവിതാനുഭവങ്ങളുടെ നനുത്ത നോവുകളും വീണ്ടെടുപ്പിന്റെ തെളിമയാർന്ന ഉറവകളുമുണ്ട്.

***

ശ്രീലത സരസ്വതി ഹരിപ്പാട്

കവി, ബാങ്ക് ഉദ്യോഗസ്ഥ

ഷാർജ പുസ്തകോത്സവത്തിലൂടെ ചൂടും തണുപ്പുമേൽക്കാനായി ഇറങ്ങി വന്ന വരികളിൽ, ഞാൻ കോരപ്പനാലിന്റെ തണലു പറ്റുന്നു, ശങ്കര നായാടിയുടെ കാവിലമ്മയെ അറിയുന്നു, കണ്ണടച്ചാലും പകൽ പോലെയുള്ള വഴികളിലൂടെ അറിയാദേശങ്ങൾ ഭ്രമിക്കുന്നു, കിട്ടുണ്ണി കൊട്ടിപ്പാടുന്ന വരമ്പിനപ്പുറം എന്നെ വൃത്തിയാക്കുന്നു...

'ദൈവത്തിനും മനുഷ്യനും ഇടയ്ക്ക്
മൂന്നു കാലങ്ങളിലും,
മുഷിയാത്ത ദിവസങ്ങളിലും
കൊട്ടിപ്പാടി നാട്ടിലെ കിട്ടുണ്ണികൾ.
അവർ
നിത്യവും അന്തിക്കു
വക്കുപൊട്ടിയ വാക്കുകൾ കൊണ്ട്
അവനവന്റെ പാട്ടുണ്ടാക്കി
ചൂട്ടുകത്തിച്ചു വീട്ടിലേക്കു പോകുന്നു...'

***

ബിജുനാഥ് വർക്കല

കവി, നിരൂപകൻ

'കോരപ്പനാല് വെയിലേൽക്കാത്ത ഒരു പേര്' എന്ന കവിതാ സമാഹാരം വായിക്കാനെടുക്കുമ്പോൾ മനസ്സിൽ ഉയർന്ന വികാരം ഈ ചടുല ലോകത്തിന്റെ സ്പന്ദനങ്ങളെ തൊട്ടുതലോടുന്ന എന്തു പ്രത്യേകതയാകും കെ.ഗോപിനാഥൻ എന്ന പ്രവാസിയായ കവിക്കുണ്ടാകുക എന്നായിരുന്നു. വായനയിലേക്ക് കടന്നപ്പോൾ ആലങ്കോട് ലീലാകൃഷ്ണന്റെ അവതാരികയാണ് ആദ്യം മുന്നിൽ വന്നത്. കവിതകളിലേക്ക് ഇറങ്ങിച്ചെല്ലുമ്പോൾ എല്ലാ ധാരണകളെയും മാറ്റിമറിച്ചു കൊണ്ട് ചുട്ടുപൊള്ളുന്ന മണൽക്കാറ്റിൽ നിന്നും നേരെ പാലക്കാടിന്റെ പിശറൻ കാറ്റും തണുപ്പും അനുഭവിച്ചു തുടങ്ങി.

ഈ കവിതകൾ ഒക്കെ ഗ്രാമീണതയുടെ സ്നേഹ സന്ത്രാസങ്ങളെ പ്രതിനിധാനം ചെയ്യുന്നവയാണ്. ഇതിലൂടെ പഴമയും പുതുമയും തമ്മിലുള്ള സംഘർഷങ്ങളെ വായിക്കാം. കാലം നല്കിയ മാറ്റങ്ങൾ അറി

യാം. തലമുറയുടെ നഷ്ടങ്ങളും കാഴ്ചപ്പാടുകളും അറിയാം. ജീവിതത്തിന്റെ പല ഘട്ടങ്ങളെ മനസ്സിലാക്കാം

പുതുകാല കവിതയുടെ രചനാ സമ്പ്രദായങ്ങൾ കവിക്ക് നന്നായി ചേരുന്നുമുണ്ട്. കൂടുതൽ വായനകൾ ആവശ്യപ്പെടുന്ന കവിയാണ് കെ. ഗോപിനാഥൻ എന്നത് ഓർമ്മപ്പെടുത്തുന്ന 25 കവിതകൾ

***

മുരളി മംഗലത്ത്

അധ്യാപകൻ, കവി

'തലശ്ശേരിക്കടുത്ത് പൊന്നാനി എടപ്പാൾ റോഡിൽ മൂത്തകുന്നം വഴി പാതാളത്തിലേയ്ക്കു പോകുമ്പോൾ കുണ്ടറയിൽ, പിന്നെ കിളിമാനൂർ വഴി തിരിയുമ്പോൾ സഹ്യൻ കടന്നാലും കുറുകെ കൊങ്കൺ കഴിഞ്ഞാലും കാണാം'

ഉലയ്ക്കുന്ന വെയിലിലും തണുപ്പിൽ തനിയെ നിൽക്കുന്ന ഇങ്ങനെ ഒരിടം. സമയം, ദൂരം, കാലം എല്ലാം...

ഈ അത്താണിയിലേയ്ക്ക് ലോകത്തിലെ ഓരോരുത്തരെയും കൊണ്ടുപോകുന്നു. കടൽ കാത്തിരിക്കുന്ന രൂപമില്ലാത്ത അതിഥിയുടെ വിസ്തൃതപുരാണമാണ് 'കടലെടുക്കുന്ന പുഴ.' 'ആഴം, തണുപ്പിലേയ്ക്കുള്ള ദൂരം' നദി പോലെത്തന്നെ അപൂർവമായിത്തീരുന്ന അടുക്കളക്കിണറിനെക്കുറിച്ചുള്ള പായാരമാണ്. കാഴ്ചയിൽനിന്നു മറയുന്ന സ്നാനജലാശയതല്പങ്ങൾകൂടി ഓർമ്മക്കണ്ണാടിയിലേയ്ക്ക് കൊണ്ടുവരുന്നതാണ് 'കാഴ്ച്ച'. 'ബാൽക്കണി' കാണുന്ന ഓരോരുത്തരിലൂടെയും വെളിവാക്കുന്ന വാങ്മയമാണ് 'ബാൽക്കണി ഒരു രുചിയാണ്'.

സ്മൃതിയുടെ ഊഞ്ഞാലിൽ പിന്നിലേയ്ക്കു പിന്നിലേയ്ക്കായുന്ന അനുഭവക്കുറിപ്പുകളുടെ ഒരു സമാഹാരംതന്നെ 'സ്വപ്നാടനം' എന്ന കവിതയിൽ ഗോപി ഒരുക്കുന്നു. 'വാക്ക്' പോലും നാട്ടുനിശ്വാസപ്പൊട്ടാണ് ഈ കവിക്ക്. സ്നേഹത്തിന്റെ ഒപ്പാരിയിൽ കൊരുത്തെടുത്ത ഒരു വീടുപണിത്തോറ്റമാണ് 'വീട്'.

മകൾ വരച്ചൊരു ചിത്രത്തിന്റെ മറുപുറം തേടുന്ന കവി കുഞ്ഞുങ്ങൾക്കറിയാനാവാത്ത വാസ്തവനാളങ്ങളിലേയ്ക്ക് കൊള്ളിയാൻ മിന്നിക്കുന്നതാണ് 'വാസ്തവം'. നാടിനു നഷ്ടപ്പെട്ട നാവേറുപാട്ടുകാരുടെ ഓർമ്മയാണ് 'കിട്ടുണ്ണി കൊട്ടിപ്പാടുമ്പോൾ'. അർഥം ചോരുന്ന പദങ്ങളിൽ വന്നു ചേരുന്ന പുതു അർഥങ്ങൾ 'പട്ടിണി' ചൂണ്ടിക്കാണിച്ചുതരുന്നു.

ഗിരിജ വാര്യർ
അധ്യാപിക, കവി

നീന്താൻ കഴിയാത്തൊരു പുഴയെ കടലെടുക്കുന്നതെങ്ങനെ? ശ്രീ ഗോപിനാഥന്റെ 'കടലെടുക്കുന്ന പുഴ' എന്ന കവിതയിലേതാണ് ഈ ചോദ്യം. അടച്ചോ ഉണക്കിയോ അടക്കം ചെയ്യപ്പെടുന്ന പുഴകളുടെ ദൈന്യം ഇതിലും വലുതായി ചിത്രീകരിക്കുന്നതെങ്ങനെ? ശാന്തിയുടെ ശവങ്ങളും, വൃത്തിയുടെ വിഴുപ്പുകളും ചുമലിൽ പേറി കിതച്ചുനീങ്ങുമ്പോൾ പാതി വഴിയിൽ നിന്നുപോകാനേ പാവം പുഴയ്ക്കാകൂ എന്നുദ്ഘോഷിക്കുന്ന കവി കിഴുക്കുന്നത് മണ്ണിനെ മറക്കുന്ന മലയാളിയുടെ മണ്ടയിലാണ്. 'ഇത്തറവാടിത്തഘോഷണത്തെപ്പോലെ വൃത്തികെട്ടിട്ടില്ല മറ്റൊന്നുമൂഴിയിൽ' എന്നുപാടുന്ന ഇടശ്ശേരിയോടൊപ്പം മലയാളിയുടെ അഹന്തയ്ക്കിട്ടൊരു ചൊട്ടുകൊടുക്കാനും ഗോപിനാഥൻ മറക്കുന്നില്ല.

ഗോപിനാഥന്റെ കാവ്യബിംബങ്ങൾ പലപ്പോഴുമെന്നെ വിസ്മയിപ്പിച്ചിട്ടുണ്ട്. 'പുലർനെറ്റിച്ചെരിവിലൊഴുകും സിന്ദൂരമുകിലുകൾ, കാലുകൾ തട്ടിയെറിയുന്ന മാവിന്റെ ഉണ്ണികൾ' ഇങ്ങനെ അനുവാചകന്റെ കാഴ്ചപ്പാടങ്ങളിൽ മഞ്ഞമന്ദാരങ്ങൾ വിരിയിക്കുന്നവയാണവ! കവിതയുടെ സ്വാഭാവികഭംഗി നിലനിറുത്തിക്കൊണ്ടുതന്നെ വിചിത്രമായ രചനാതന്ത്രങ്ങളാവിഷ്കരിക്കാനുള്ള ഗോപിനാഥന്റെ കഴിവ് ഒന്നുവേറെത്തന്നെ!

ഇതൊന്നു നോക്കൂ..

'അല്ലെങ്കിൽ കയറിവരുന്നതും ഇറങ്ങിപ്പോകുന്നതും തമ്മിലെന്തു വ്യത്യാസം? ഒന്നു ദൂരം, മറ്റൊന്നാഴം.. അളവൊന്നുതന്നേ' (ആഴം തണുപ്പിലേക്കുള്ള ദൂരം)

വാക്കുകളുടെ മൂർച്ചയും സാന്ത്വനവും സുരക്ഷയും പെയ്തിറങ്ങുന്ന 'വാക്ക്' എന്ന കവിതയും 'പുറത്തെ കാലവും കാറ്റും കാണാൻ ഒരു ബാൽക്കണി വേണ്ടതായിരുന്നു വീട്ടിൽ' എന്നു ശഠിക്കുന്ന 'ബാൽക്കണി ഒരു രുചിയാണ്' എന്ന കവിതയും വേറിട്ടുനിൽക്കുന്നു.

ഈ കവിതാസമാഹാരത്തിൽ കൂടുതൽ ആസ്വദിച്ചുവായിച്ച കവിതയേതെന്നു ചോദിച്ചാൽ കണ്ണുമടച്ചെനിക്കുത്തരം തരാം. അതു 'ചെർപ്പുളശ്ശേരിയിലേക്ക് വീണ്ടും' എന്ന കവിതയാണ്. എന്റെ പഴയ നാട്ടിൻപുറനന്മകളിലൂടെ മനസ്സുകൊണ്ടൊരു മടക്ക യാത്ര.

ഒരു വായന.. അതു നിങ്ങളുടെ മനസ്സിൽ കാല്പനികബിംബങ്ങളും ഗൃഹാതുരതയും ബാക്കിവയ്ക്കണമെന്നു മോഹമുണ്ടെങ്കിൽ, കോരപ്പനാലിന്റെ പച്ചപ്പിലേക്കു പോരൂ.. അവിടെ വെയിലേൽക്കാത്ത ഒരുപിടി കവിതകളുണ്ട്!

***

കോരപ്പനാല്
വെയിലേൽക്കാത്ത ഒരു പേര്

ഉണ്ണികൃഷ്ണൻ കരിമ്പുഴ

എഴുത്തുകാരൻ, സാംസ്ക്കാരിക പ്രവർത്തകൻ

ദൂരവും സമയവും കണക്കാക്കി സഞ്ചാരത്തിന്റെ വേഗത നിർണ്ണയിക്കാൻ ഏതൊരു ശാസ്ത്ര വിദ്യാർത്ഥിക്കും ആവുമെങ്കിലും സ്ഥലകാല ബോധമുണർത്തി ജീവിതസഞ്ചാരങ്ങളുടെ ഗതിവേഗമളക്കാൻ ഒരു കവിയ്ക്കു മാത്രമേ കഴിയൂവെന്ന് തെളിയിക്കുകയാണ് 'കോരപ്പനാല് വെയിലേൽക്കാത്ത ഒരു പേര്' എന്ന തന്റെ കവിതാ സമാഹാരത്തിലൂടെ കവി കെ. ഗോപിനാഥൻ.

കവി തന്റെ പരിസരങ്ങളേയും സങ്കടങ്ങളേയും കാഴ്ചകളേയും രാഷ്ട്രീയത്തേയും സ്വപ്നങ്ങളേയുമെല്ലാം നിർണ്ണയിക്കുന്നതും അവയെകുറിച്ച് ആശങ്കപ്പെടുന്നതും സ്ഥലം, കാലം, ദൂരം, ആഴം, സമയം എന്നീ അളവു കോലുകളിലൂടെയാണെന്നതാണ് കെ. ഗോപിനാഥൻ എന്ന കവിയെ വ്യത്യസ്തനാക്കുന്നത്. ഒരുപക്ഷെ ഇത്തരം മൗലികമായ ചിന്തയിലൂന്നിയ കാവ്യരചനകളുടെ കർത്താവ് എന്ന ബഹുമതി ഇദ്ദേഹത്തിന് സ്വന്തമായിരിക്കാം.

'ആദ്യം
പറഞ്ഞു കേട്ടത്, അച്ഛനിൽ നിന്നാണ്.
മടങ്ങാൻ വൈകുന്ന വെയിലിനെ നോക്കി
ശീലക്കുട നിവർത്തി തിരിഞ്ഞ് ഇങ്ങനെ
'ഒന്നു കോരപ്പനാല് വരെ'

എന്ന് കവി തന്റെ പുസ്തകത്തിന്റെ ശീർഷക നാമധേയ കവിതയിലൂടെ പറയുമ്പോൾ അത് ഒരു സ്മൃതിയുടെ, ഒരു കാലത്തിന്റെ, ഒരു ദൂരത്തിന്റെ, ഒരു സംസ്കൃതിയുടെ സൂചനാത്മകമായ ബിംബമാവുകയാണ്.

'കടലെടുക്കുന്ന പുഴ' എന്ന തന്റെ ആദ്യ കവിതയിലും കവി പറയുന്നുണ്ട്:

'എളുപ്പമാണ്,
പകർത്തിമാറ്റാൻ, ചരിത്രംപോലൊഴുക്കുകൾ
അടച്ചോ ഉണക്കിയോ, അടക്കം ചെയ്യപ്പെടുന്നു ഉറവകൾ,
അകാല മരണത്തിനു,
അരനാഴികപോലും, വേണ്ടയാത്ര'
'അല്ലെങ്കിൽതന്നെ,
കയറിവരുന്നതും ഇറങ്ങിപ്പോകുന്നതും
തമ്മിൽ എന്തു വ്യത്യാസം,
ഒന്നു ദൂരം, മറ്റൊന്ന് ആഴം അളവൊന്നുതന്നെ.'

എന്നാണ് കവി 'ആഴം, തണുപ്പിലേക്ക് ഉള്ളദൂരം' എന്ന കവിതയിലൂടെ പറഞ്ഞുവെക്കുന്നത്. എത്ര മനോജ്ഞമായ സങ്കല്പം.

'വർഷത്തിൽ,
മൂന്നുകാലത്തു കിട്ടുണ്ണി, നാട്ടിൽ വീട്, കേറി വരുന്നു
വിളിക്കാതെ, പറയാതെ തന്നെ.
കാലവർഷത്തിന് കാലേക്കൂട്ടി,
കർക്കിടകം കുന്നുകേറി മറഞ്ഞാൽ,
വേനലിൽ വെയിൽകൊണ്ടു വേലപോകുമ്പോൾ
കിട്ടുണ്ണി എത്തുന്നു, ഒറ്റക്കും ഒപ്പവും.'

കാലദേശങ്ങളോടൊപ്പം ഋതുക്കളുടെ കൊടിയടയാളങ്ങൾ പോലും സ്മൃതികളുടെ ചായക്കൂട്ട് ഉപയോഗിച്ച് കിട്ടുണ്ണിയിലൂടെ വരച്ചുകാട്ടുകയാണ് കവി 'കിട്ടുണ്ണി കൊട്ടിപാടുമ്പോൾ' എന്ന കവിതയിലൂടെ.

പട്ടിണിക്ക് പര്യായം വിശപ്പ്, ദാരിദ്ര്യം എന്നൊക്കെ നാലാം ക്ലാസ്സിൽ തന്റെ പൊട്ടസ്ലേറ്റിൽ എഴുതി പഠിച്ച കവിക്ക് പുതിയ തലമുറയിൽ തന്റെ മകന്റെ ടാബിലെഴുതാൻ അറിവില്ലായ്മ എന്നർത്ഥം വരുന്ന പുതിയ വാക്ക് കണ്ടെത്തുകയാണ് കവി 'പട്ടിണി' എന്ന കവിതയിലൂടെ.

കാൽകൊണ്ട് ചവിട്ടിയും കൈകൾകൊണ്ട് ഓടങ്ങൾ ചലിപ്പിച്ചും നെയ്ത്തുകാരൻ നെയ്തെടുക്കുന്ന മനോഹരമായ വസ്ത്രങ്ങളുടെ സ്ഥാനം പാലക്കാടൻ ചുരക്കാറ്റിനോടൊപ്പം കയറിവന്ന ശീലകമ്പി വസ്ത്രങ്ങൾ കൈയടക്കിയപ്പോൾ അടുക്കള പുകയാൻ തന്റെ തുണികൾ താണ്ടി വണ്ടി കയറി നെയ്ത്തുകാരൻ അന്യനാടുകളിലേക്ക് പോകുന്നതും ഓടം കേവലം ഓഫീസ് മുറിയിലെ ഓർമ്മകൾ ഉതിർത്തുന്ന 'പേപ്പർവെയിറ്റ്' ആയി മാറുന്നതും നോക്കി നെടുവീർപ്പിടുകയാണ് കവി തന്റെ 'ഓടം' എന്ന കവിതയിൽ.

'ഭേദം,
ഈ നിൽപ്പ്, നീ നിവർന്നും,
ഞാൻ തലകീഴായും,
ചുരുങ്ങിയ പക്ഷം,
ഞാനും നീയും ഉണ്ടാവും.
അകലമെത്ര ശൂന്യാകാശമായാലും
അടുപ്പമെത്ര കടുത്ത പാളിയായാലും
അറിയുന്നുണ്ട്
പ്രണയം ഒരു നിൽപ്പാണ്
പല,
കല്പാന്തകാലം വരെ'

എന്ന് കവി പ്രണയത്തെ കാലത്തിലൂടെ വായിക്കുകയാണ് പ്രസ്തുത പേരുള്ള കവിതയിലൂടെ.

'അവർക്ക് വേണ്ടത്,
തുറന്നു ഒഴുകുന്ന ഉറവയല്ല
ഒരേ നിറത്തിൽ,
ഒഴുക്ക് മരിച്ച ഒരിടത്തെ അഴുക്കിൽ വിരിയുന്ന
പൂക്കൾ,
കിരീടത്തിൽ ചൂടാനുള്ള അലങ്കാര ചിഹ്നങ്ങൾ'

എന്ന് കവി 'ഒരുപൂവ് വിരിയുമ്പോൾ ജലത്തിന് സംഭവിക്കുന്നത്' എന്ന കവിതയിലൂടെ ബോധ്യപ്പെടുത്തുന്നത് തന്റെ നിലപാടുതന്നെയാണ്.

ആരോടും തുറന്നു സംവദിക്കുംവിധമുള്ള ഗദ്യശൈലിയിലുള്ള അദ്ദേഹത്തിന്റെ മിക്ക കവിതകളുടേയും ശീർഷകങ്ങൾ പോലും കാവ്യാത്മകമാണ്.

***

രമേഷ് പെരുമ്പിലാവ്

കഥാകൃത്ത്, ചിത്രകാരൻ

കോരപ്പനാല് എന്താണെന്നറിയാൻ ആ കവിതയിലേക്ക് ആദ്യം കയറിയിരുന്നു.

'കോരപ്പനാല് വെയിലേല്ക്കാത്ത ഒരു പേര്.' അച്ഛനിൽ നിന്നാണ് കവി ആ പേര് ആദ്യമായി കേൾക്കുന്നത്. ശീലക്കുട നിവർത്തി, തിരിഞ്ഞ് ഇങ്ങനെ, ഒന്നു കോരപ്പനാല് വരെയെന്നത്.. ഉറുമ്പുകളെപോലെ അന്നം, വഹിച്ചും വീതിച്ചും എന്ന മട്ടില് പലതവണ ചുണ്ടാലെ പകർന്നു. കാണാത്തൊരാള് നട്ടതും നനച്ചതും പങ്ക് വെച്ച് വളര്ത്തി ഞങ്ങളും കോരപ്പനാലിനെ.

മഴകൊണ്ട് ശുദ്ധിയാക്കപ്പെട്ട വിത്ത്
കുഴിയിലെ ശ്വാസം, ഉപ്പുചേർന്ന വിയര്പ്പ്
വേരിറക്കുന്ന കണ്ണിലെ വെളിച്ചം
മണ്ണ് കരയാകുന്നത് ഇങ്ങനെയാണ്
കോരപ്പനാല്,
തണുപ്പിച്ചു സൂക്ഷിച്ച പേര്
സ്മൃതിജലം കൊണ്ട്......

പേരില്ലാത്ത ഭാഷയില്, വരയില്ലാത്ത ഭൂമി ആകാശംവഴി, കടല് കടന്ന് കോരപ്പനാല്.

ഉലയ്ക്കുന്ന വെയിലിലും തണുപ്പിൽ തനിയെ നിൽക്കുന്ന ഇങ്ങനെ ഒരിടം.

സമയം, ദൂരം, കാലം എല്ലാം ...

ഈ അത്താണിയിലേയ്ക്ക് ലോകത്തിലെ ഓരോരുത്തരെയും കൊണ്ടു പോകുന്നു.

വെയിലും വിയർപ്പും കൊണ്ട് സ്വപ്നങ്ങൾ പാകം ചെയ്തെടുത്തത് ഭരണിയിൽ ഭദ്രമായി അടക്കംചെയ്ത് സൂക്ഷിച്ചതാണ് കെ. ഗോപിനാഥ ന്റെ കവിതകൾ. കാലങ്ങളോളം മണ്ണിനടിയിൽ കിടന്ന ഈ ഭരണികൾ മൂടി തുറക്കുമ്പോൾ വായനക്കാരന് ആസ്വാദനത്തിന്റെ മാസ്മരികതയാൽ മൂക്ക് വിടർത്തും. ഇനിയും ഇനിയും വേണമെന്ന് പേജുകള് മറിക്കും. കവിതയവന്റെ (അവളുടെ) ചിന്തകളിൽ തണൽ തീർക്കും.

ചുമർ വീണത് അച്ഛനെപ്പോലെ .
പാതിരാപ്പേമാരിയിലും,
പകൽ കത്തിയ വേനലടുപ്പിലും
അർത്ഥവും അന്നവും കാത്ത ചുമരുകൾ.
തുറന്ന വാതിലൂടെ ചിരിച്ചു,
അസ്ഥികൾ കണക്കെ കഴുക്കോലുകൾ
തുലാക്കട്ടികൾ.
മാഞ്ഞ ശരീരമായി.

തറ ,
കരുത്ത് ചോരുന്ന കല്ലുകൾ
മനസ്സു പാതിയായ, മണ്ണടുക്കുകൾ.
അപ്പുറത്ത് ഉറവ വറ്റാത്ത കിണർ
ഒരു അമ്മയായി.

'മുറ്റം' എന്ന കവിതയിൽ ഇങ്ങനെയൊക്കെ ബിംബങ്ങൾ പ്രതിഷ്ഠി ക്കുമ്പോൾ പ്രതീക്ഷകളിലല്ല കവി വിശ്വസിക്കുന്നതെന്നും അതിജീവന മാണ് വേണ്ടതെന്നും അർത്ഥശങ്കയ്ക്കിടയില്ലാതെ പറഞ്ഞുവെയ്ക്കുന്നു.

തണലൊരുക്കാനായി കാലങ്ങളോളം വെയിലുകൊണ്ട അനുഭവങ്ങ ളിലൂടെ തുന്നിക്കെട്ടിയതാണ് കോരപ്പനാൽ എന്ന ഈ കവിതാപുസ്തകം.

***

ഇ. കെ ദിനേശൻ

എഴുത്തുകാരൻ, സാംസ്കാരിക പ്രവർത്തകൻ

സാഹിത്യം എഴുതുന്ന ഏതൊരാളിന്റെയും സാമൂഹിക ബോധവും രാഷ്ട്രീയ നിലപാടും എഴുത്തിൽ കടന്നു വരിക സ്വാഭാവികമാണ്. കവി തയിൽ അത് എളുപ്പത്തിൽ സംഭവിക്കുന്നു. മനുഷ്യ ജീവിതത്തിന്റെ സമ

സ്തമേഖലകളെയും കവിത അഭിസംബോധന ചെയ്തു കൊണ്ട് സാഹിത്യത്തിൽ ചലനാത്മ സാന്നിധ്യമായി കവികൾ മാറിയിട്ടുണ്ട്. രണ്ടു കാര്യങ്ങൾ കൊണ്ടാണ് ഇത് സാധ്യമാകുന്നത്. ഒന്ന്, ഭാവനയെ വാക്കുകളിലേക്ക് മാറ്റിപ്പണിയാൻ കഴിയുന്നവർക്ക് അത് എളുപ്പത്തിൽ സാധ്യമാകുന്നു. രണ്ട്, കവിതയുടെ പഴയ ചട്ടക്കൂടുകൾ ഭേദിക്കപ്പെട്ടു എന്നതു കൊണ്ടാണ്.

എന്നാൽ അങ്ങനെ രചിക്കപ്പെടുന്ന കവിതകൾ എത്രമാത്രം വായനക്കാരന് പുതിയ അഭിരുചിയും ജ്ഞാന പരിസരവും നൽകുന്നു എന്നത് പ്രസക്തമായ ചോദ്യമാണ്. ഇതാകട്ടെ എക്കാലത്തെയും ചോദ്യമാണ്. ആ ചോദ്യങ്ങൾക്കിടയിൽ ചില കവിതകളും ചില കവികളും കാലത്തിന്റെ സൂക്ഷ്മ രാഷ്ട്രീയത്തിൽ തന്റെ കവി മനസ്സിനെ തുറന്നു വയ്ക്കാറുണ്ട്. അങ്ങനെ കവിത എഴുതുന്ന കവികളിൽ ഒരാളാണ് കെ. ഗോപിനാഥൻ.

അധികമൊന്നും എഴുതാതെ എഴുതുന്നതിൽ ഒരു സന്ദേശം നൽകാൻ അദ്ദേഹം കാണിക്കുന്ന ജാഗ്രത കവിതയെ ശക്തമാക്കുന്നുണ്ട്. ' കോരപ്പനാൽ വെയിലേൽക്കാത്ത ഒരു പേര്." എന്ന കവിതാ സമാഹരത്തിലെ കവിതകൾ ഒറ്റ വായനക്കൊണ്ട് വായിച്ച് നിർത്താൻ കഴിയുന്നതല്ല. ഓരോ വരിയിലും കാലത്തിലേക്കും സമൂഹത്തിലേക്കും നടന്നു പോകാനുള്ള വഴികൾ ഉണ്ട്.

'അങ്ങിനെയിരിക്കെ, ഒരു ദിവസം
ഉച്ച കഴിഞ്ഞു വീട് മയങ്ങിക്കിടക്കുമ്പോൾ
ഞാൻ കണ്ടു പടിപ്പുരയും കൊട്ടത്തളവും
തമ്മിൽ നോക്കി ഇരിക്കുന്നത്.
പാതിയടഞ്ഞ മിഴിവാതിലുകളോടെ
അരയന്നമായി,
കാറ്റ് കിണർ വക്കിലെ മാവിൻ ചോട്ടിൽ.'

വീടിന്റെ അന്തരീക്ഷ കവിതയിലെക്ക് വരുമ്പോൾ നാം മറ്റൊരു ലോകത്തേക്ക് വഴുതി വീഴുന്നു.

'വാക്ക്' എന്ന കവിതയിൽ വാക്കുകൾ എങ്ങനെ മനുഷ്യന്റെ പച്ചപ്പായി മാറുന്നു എന്ന് പറയുന്നുണ്ട്.

'പെയ്തുതീരാത്ത മഴയിലൊരമ്മ
പകൽ പാതി വേവുന്നു, വെയിലിലൊരച്ഛൻ.
നെറുകയിൽ, വിരൽ കുടകൾ ചൂടുന്ന,
രക്ഷയെന്നക്ഷരം ആവുന്ന വാക്കുകൾ.

ഈ സമാഹാരത്തിൽ ഇരുപതിയഞ്ച് കവിതകൾ ഉണ്ട്. അതിൽ ഏറെ ചിന്താഭാരം പേറുന്ന കവിതയാണ് 'ഒരു പൂ വിരിയുമ്പോൾ ജലത്തിന് സംഭവിക്കുന്നത്' എന്ന കവിത.

കവിത ഇന്ത്യ എന്ന മഹാരാഷ്ട്രത്തിന്റെ രാഷ്ട്രീയത്തെയാണ് അഡ്രസ് ചെയ്യുന്നത്. അത് എളുപ്പത്തിൽ വായനക്കാരന് വഴുങ്ങുന്നില്ല. വരികൾക്കിടയിലൂടെ ശ്രദ്ധയോടെ സഞ്ചരിച്ചാൽ മാത്രം ബോധ്യമാകുന്നതാണ് ആ രാഷ്ട്രീയം. ബിംബങ്ങളും ധ്വനികളും സാഹചര്യങ്ങളും കൊണ്ട് അവ ആശയത്തിന്റെ ആഴങ്ങളിൽ ഉപേക്ഷിച്ചിട്ട് പോവുകയാണ് കവി ചെയ്യാറുള്ളത്.

'പറഞ്ഞു കേട്ടത് നമുക്കായി നിലാവ് ഇറങ്ങിയ അർദ്ധരാത്രി മുതൽ.

ഇവിടെ അർദ്ധരാത്രി സ്വാതന്ത്ര്യത്തിന്റെ അർദ്ധരാത്രിയായിരുന്നു.' 'നെഞ്ചിൽ, കുഞ്ഞുങ്ങൾക്ക് കുതുഹലം റോസാദള കാലം,' എന്ന് പറയുമ്പോൾ പണ്ടിറ്റ് ജവഹർലാൽ നെഹറു കവിതയിൽ നിലാവായി നിറഞ്ഞുനിൽക്കുകയാണ്.

പിന്നീട് 'അധികാരം അച്ചടക്കത്തിന്റെ ചാലുകൾക്ക് പേരിട്ടു ജലസേചനം.' എന്നു പറയുന്നുണ്ട്. അധികാരമെപ്പോഴും ഏകാധിപത്യത്തിലെക്ക് മൊഴിമാറ്റപ്പെടുമ്പോൾ പ്രജകൾ ഇരകളായി മാറുന്നു. കവിതയിലെ സൂചനാകാലം അടിയന്തരാവസ്ഥയാണ്. അതുകൊണ്ടാണ് കവി 'നിദ്ര പോലും നിരീക്ഷണത്തിൽ' എന്ന് പറയുന്നത്. ഒടുവിൽ ഇന്ത്യ എന്ന ജലാശയത്തിൽ പൂവിരിയുകയാണ് ആ പൂവ് വിരിയുമ്പോൾ ഇന്ത്യ എന്ന ശുദ്ധജലത്തിന്റെ ഒഴുക്ക് അവസാനിക്കുകയാണ്. ഒടുവിൽ ഒഴുക്ക് മരിച്ച ഒരിടത്തെ അഴുക്കിൽ വിരിയുന്നു പൂക്കൾ അത് വംശീയതയുടെയും ഏകാത്മക ദേശീയതയുടെയും അടയാളം പേറുന്ന രാഷ്ട്രീയമാണ്. ഇങ്ങനെ സമകാലിക ഇന്ത്യയുടെ രാഷ്ട്രീയ ഭൂപടത്തെ വാക്കുകൾ കൊണ്ട് കൃത്യമായി അടയാളപ്പെടുത്തിയിട്ടുണ്ട് കെ ഗോപിനാഥൻ കവിതയിൽ.

ഒരിക്കലും കെ ഗോപിനാഥിന്റെ കവിത എഴുത്ത് ലളിത യുക്തിയിലൂടെ വായനക്ക് പാകപ്പെടുന്നില്ല. വാക്കുകൾക്കിടയിൽ ആശയത്തിന്റെ സംഭരണികയുണ്ട്.

'വർഷത്തിനും വെയിലിനും ഇടയിൽ
ഒരു കളിവട്ടം,
അപ്പോഴാണ്, കരയിൽ തോണി കയ്യിൽ
ആളനക്കവും, വളകിലുക്കവും.'

(കടലെടുക്കുന്ന പുഴ)

'പനിക്കിടക്കയിൽ
ഒരു കർക്കിടക പകലിൽ
കണ്ണീർമഴ തോരാതെ
ഉറങ്ങി പോയതാണ്
ഓർമയിലച്ഛൻ '

(വാസ്തവം)

'പട്ടിണി മാഞ്ഞില്ല ഒരു പദാവലിയിൽ നിന്നും.
പകരം, ചേർത്തുവയ്ക്കുവാൻ കൂടുന്നു
ഭരണാർത്ഥ നിഘണ്ടുവിൽ,
ഉടൽ ഒട്ടുന്ന കാലത്തിന്റെ
വ്യവഹാരവഴക്കങ്ങൾ.'

(പട്ടിണി)

ഇങ്ങനെ വരികൾക്കിടയിൽ ഒന്നിന് പകരം ഒരുപാട് ആശയലോകങ്ങളെ സമ്പന്നമാക്കുക കവി. കവിതാ ലോകത്ത് തന്റെ എഴുത്ത് സ്വപ്നങ്ങളെ അരക്കിട്ട് ഉറപ്പിച്ച് തന്റെ വാക്കുകളെ സ്ഥിരപ്രതിഷ്ഠിതമാക്കുന്നത് കെ ഗോപിനാഥൻ.

*** ***

www.ingramcontent.com/pod-product-compliance
Lightning Source LLC
LaVergne TN
LVHW040825051026
849519LV00007BA/2749
* 9 7 8 9 3 8 8 0 8 7 3 1 5 *